ONGOZA Kwa UAMINIFU

Kuaminiwa Mwongozo
Wa Uongozi Bora

Daktari Roy W. Harris

KILICHAPISHWA 2016

NA

Dr. Roy W. Harris

ISBN 978-0-9972816-3-7

soft cover

Dr. Roy W. Harris

906 castle Heights Ave.

Lebanon, Tennessee 37087

roy @royharris.info

615-351-1425

Unaweza kuuliza kupitia

www.royharris.info

Kimetafsiriwa na kwandikwa kwa lugha ya Kiswahili na

NDUGU ANTHONY LUSICHI MBUKHITSA

SANDUKU LA POSTA 4727-30100

ELDORET-AFRICA MASHARIKI KENYA

NAMBARI YA SIMU NI +254728002508

BARUA PEPE(anthonylusichi05@yahoo.com)

RHM
publications

MWONGOZO WA MAELEZO

UTANGULIZI

Nina uhakika mumepata usemi "yeye ni mume na mke aliyezaliwa kiongozi ama ikiwezekana viongozi ufanywa sio kuzaliwa" kweli, mojawapo ni ipi? Baadhi ya watu huzaliwa na uwezo aliyopewa na Mungu kuwaongoza wengine. Na wakati mwingine inaweza kua watu wasiokubalika ufanyika viongozi wa kutegemewa. Ukweli unaweza kua kati ya hizo mbili.

Kuna hali ya mtu inayoonekana na hasa sana kwa kiongozi waliofanikiwa, na uongozi bora unahitaji elimu, ujuzi, na hekima.

Kuna haja ya kupatikana uongozi mapato katika ulimwengu wa sasa viwango vingi vya mtazamo wa uongozi. Kwa hivyo kwa nini tupeane kwa mwingine? Ni nini huyu mwandishi anaweza kupeana ikiwa jambo hili linapatikana?

Kusudi la mwandishi katika uandishi inayofuata ni kupeana mtazamo wa asili kuhusiana na uongozi kwa walio bora na wasiobora wanaweza kutumia, kila siku kwenye ofisi.

Kitabu kinakabiliana na hali ya kufanya mahamuzi ya pili kukumbuka mahamuzi yaliyopita, kujenga uhusiano, upambanusi wa viongozi, kupokea na kupeana dhiaka, mawasiliano, na kugawa majukumu, kuinua au kunidhamisha, na kuongeza mkutano kuhusu Kasi na mengine.

Kitabu kwa kweli ni kama vitabu viwili katika moja. Mwandishi aliandika kurasa 12 kuhusu uongozi na kuzikusanya kwa pamoja kutengeza mwongozo wa kujifunza ikiwa ni msaada wa kumsaidia anayesoma vyema na kushikilia kanuni silizowekwa kwenye kurasa hizi. Mwongozo wa kujifunza umegawanywa mara 12 sehemu na maelezo yamewekwa kati ya milango.

Jee mwandishi amehitimu kupeana wazo la kuhisia kuhusu uongozi? Akiwa na miaka 16 alianza kufanya kazi.

Burger chef kuanzia pale na kuingia katika mzunguko wa kuajiri. Jukumu lake la uongozi akiwa na miaka 17 alipochaguliwa na mwenyeji afanye kazi majira ya usiku. Majukumu yalichumhishwa katika usiku, mipango ya kupadilishana majira na mwenye kazi. Nikitunza hasa maelfu ya madola na kusimamia wafanyikazi wanane kwa wakati.

Mwandishi ametunza makanisa manne kwa kazi ya wakati wote, na mawili yao ni shule ya kikristo,na kusimamia maeneo saba kwa chuo cha Welch kama raisi wa elimu ya kuendelea pamoja na kuwa msimamizi wa wanafunzi kama dini. Amesimamia wafanyikazi 20 kwa wakati na pia alitekeleza baadhi ya majukumu ya madhehebu,alichaguliwa kuwa raisi wa picamma(majukumu ya chuo)alitumika kama motereta au mdogo wa Pamlico likiwa shirika (NC) shirika la kusini la Georgia (GA) shirika la kusini la Quarterly (TN) Alitumika akiwa msaidizi wa moterata na kisha akawa motereta wa kaskazini shirika la Carolina(free will Baptist)kama makanisa 185 akiwa na miaka 33,alitumika akiwa kama mwenyekiti wa baraza la kuwatia watu mafuta yaani wakfu kule Pamlico na shirika la blue ridge(NC)na pia shirika la kusini mwa Georgia(CA).

Aliunganisha free will Baptist kongamano la kitaifa kule little Rock mwaka wa, 2007, AR, akikisia (waliohudhuria wakiwa 6000)na kisha alipanga kongamano la kitaifa ya uongozi kule nashvlle,ni mtu wa kutamanika sana katika kongamano la mikutano ya ritrity ili kunena, akiwa amekwisha kunena kwa maeneo 38 ya hapa Marikani, Uropa, Israeli, na Afrika. Roy ni mwandishi, msomaji na mchapishaji mwandishi anayejulikana. Ni kwasababu anatumika akiwa motoreto wa Tennessee, Cumberland likiwa ni shirika la (Makanisa 61).

Kuna viwango vya muelekeo mtu anapaswa kuchukua anapo kuwa na mtazamo wa kiuongozi, kanuni za kuongoza katika hali ya kujiamini ndani ya kitabu hichi kinaonyesha funzo aliyojifunza na kudhibitika kuwa kiongozi, kimechochewa na mwandishi kwa miaka 40 na zaidi ikiwa ni miaka ya ujuzi alliyeupata akiwa katika jukumu la uongozi na kuweza kuhitimu upande wa mipangilio ya kifedha hadi $ 10000,000.

Viongozi wote wa sehemu zote wanaweza kufaidika na kuendelea kufaidika kwa masomo ya kimsingi, na pia mtazamo wa kisia kuelekea uongozi ulioegezwa kwenye kurasa za kitabu hichi.

MLANGO 1
Uongozi Kupitia Kuwa Kielelezo

Kuongoza ukijilinganisha na mafuta kuwama.

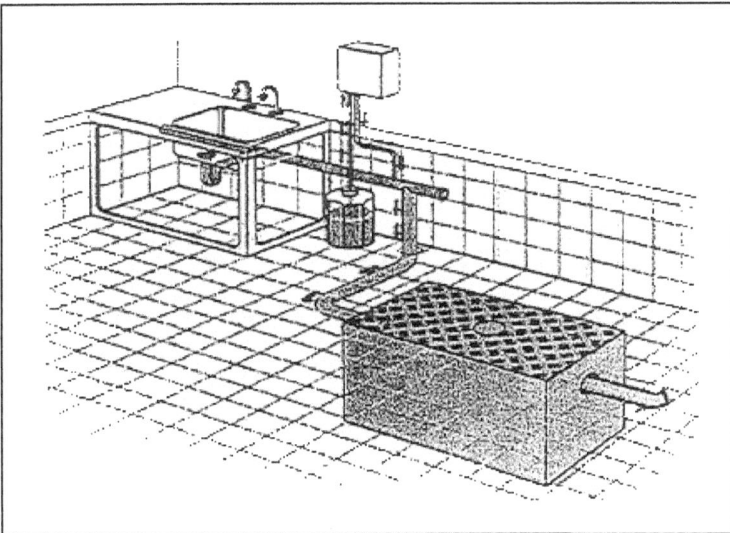

Kazi iliyoonekana chafu san ni kulc kwa Burger chef ni kusafisha chombo kile cha mafuta mtiririko wote unabubujika kwenye jengo lote, kukaanga, kukata/kuosha sinki, na kusababisha sinki kukauka ikielekea chombo chombo hicho. Yule aliyekuwa mgeni alidharau hiyo heshima ya kuchukua mboga au uchafu uliobadilika katika hicho chombo na kuosha mwisho tu a cho mbo.

Sijawahi kusahau Juma langu la kwanza kazini na jinsi nilijihisi mikono na miguu nikiwa na vazi langu leupe nikiweka harufu, uchafu, na hiyo uchafu uliootoka kwenye chombo hicho. Mkurugenzi aliketi kwenye kiti akitazama jinsi nilivyokuwa nikiendelea.

Kati ya mwaka mmoja mkurugenzi wa masaa ya usiku alifariki kwa ghafla, na kisha mwenye kazi alinipandisha cheo kuwa msimamizi wa usiku. Kwwa mara ya kwanza chombo hicho kiliitaji kuoshwa chini ya usimamishi wangu kama nkurugenzi, nilifanya mabadiliko kwa jambo hilo. Maneno yalisambaa kati ya wafanyikazi kuwa chombo hicho kinapazwa kusafishwa katika majira ya zamu. Walianza kutoa rangi ya kukunjamana kwenye uso, kwa ajili ya kazi kuu na uchafu iliyo mbele yake. Ilikuwa ni usiku wakati kusafisha chombo hicho. Badal ya kufuata mtindo tulio uzoea ya kuchukua viti vya afisi ya mkurugenzi na kusongesha karibu na chocho ili kuangalia kazi iliyo mbele yao, nili inama kwa mikon o na magoti mbele ya wafanyikazi.

Na tulisafisha chombo hicho kwa pamoja wafanyikazi walifanya hivyo na kisha wakasimama wakitazamia kuona mkuu wao akiwa kwenye matope mengi na machafu.

Kwa nini? Nilichagua kumsaidia kijana kusafisha chombo? Nilitaka kupeana habari kua sisi kikundi na zote tutapazwa kuona kua kazi imefanyika. Nilitaka wao waelewe kua nilikua tayari kusababisha mikono yangu kuchafuka na pia kua pamoja nao, kwa mema na pia machafu. Nilitaka kua wafahamu kuwa watakapo teuriwa kufanya baadhi ya kazi hawatasuzia kwa kua watakumbuka kua mkurugenzi alifanya kazi iliyo chafu sana kwa kujitolea kwake.

Kuongoza kwa njia ya kielelezo ni ya muhimu na pia ya kutia moyo hata kitabia. Tafsiri ya encoauta Dictionary linaelezea neno mfano kama mtu, katika utendaji au mambo yaliyo chukuliwa kwa mfano wa kuigwa kua ni kuongoza kwa njia ya kua kielelezo ,ni kiongozi anapazwa kuona kwa kazi yake inaonekana kwa walioajiriwa na waliojitolea chini ya uongozi wake.

Hawezi kufanyika kila kitu kwa kila mtu , lakini anaweza kupeana habari kwa njia ya mfano wa utendaji katika matarajio yake. Anafaa kuhakikisha kua anafikia kiwango na matarajio aliyoweka kwa wao anaowaongoza. Anapazwa kufika kazini mapema, wakati wa mwinuko aweze kuingilia kati awe tayari kutumika nyakati za masaa ya ziada ikiwezeka kusitahimili uzito huo anaona wenzake wakipitaia wale anaowaongoza.

Ukijaribu kuongoza katika hali ya kuelekeza katika ukatili, na kuridhika na kupakia kwa hicho cheo chako kitafanya uhusiano kukatika kati ya kiongozi na wale anaongoza, inasababisha hali ya uwadui kiakili inaondoa tumaini na kutudunisha kiwango cha kukosa tumaini, kutiwa moyo kitabia kwa kiongozi au shirika.

Ikiwa siku zote kiongozi sikuzote ni kutaka kuonyesha kuwa bwana mkubwa ni nani, kwa njia hiyo inaonyesha kua hajaonyesha mwenendo katika mfano kwa wahajiriwa au watu wa viparua. Ikiwa ninapaswa kuongoza basi mimi na wale wafanyikazi wengine ni kama mimi tu. Kama vile msomi mmoja kwa jina aliye mwana Meyberry philosopha Deputy Barney fife kwanza alisema;sisi zote tumo mikononi wa mtu huyu. Nia yao na

12

yetuinaweza tu kuongezwa na sisi. Mtazamo wangu wa kazi uliigwa nilipo kua mkurugenzi na imetumika kama mwongozo kwa uongozi unaofuatwa. Wale mimi uongoza uwa wanifanyii kazi mimimila tunafanya kazi pamoja. Nimedhihirisha hiyo katika uwazi na katika pharagha.

Ikiwa siku zote kiongozi anawakumbusha wengine kuwa wanamfanyia kazi, basi jukumu lake la uongozi litakua gumu. Badala ya kuwaongoza wengine anajipata wakati mwingi katika jukumu la kufanya kwa hali ya kuelekeza au kulazimisha ikiwa wewe ni ni dereva badala ya kuongoza utajikuta kuwa wewe ni jamaa anaye jaribu kuvuta na kusukuma mkokoteni uliyojaa vitu. Utafanya kama alivyofanya ukitumia muda mwingi ukisukuma na kufukuza vikundi vya magari ya kusukuma badala ya kuongoza kikundi chote. Na hii inadunisha hali ya kitabia na pia kupoteza ile heshima kwa mhajiri au au vibarua

•   Kusababisha ukatili nakutokuajibika kwa njia ya kujitolea ama kwenda hatua nyingine zaidi ya utendaji kazi.

•   Kuelezea mwongozo dhabiti wa kiisia na matarajio kwa kiongozi na kutumika kama mfano

13

na kielelezo kwa kufanya kazi pamoja na kwa njia hiyo wanaanza kujenga imani na kupenda kufuata wafuasi watakua watiifu tu kwa Yule watapenda na kumwamini.

MWONGOZO WA KUJIFUNZA

Mlango wa 1 kuongoza ukitumia mfano wa chombo kichafu

1. Ni sababu zipi mbili alizopeana mwandishi kwa kuchagua kusaidia kusafisha chombo cha uchafu.

_____

_____

_____

_____

_____

_____

_____

_____

_____

_____

_____

2. Ukiongoza kwa njia ya kua kielelezo
uinua_____na_____

_____

3. Ukiongoza kwa njia ya kuwa mfano inahitaji kiongozi

kuu_____

kisha

_____

_____anayotaka kuona akizaliwa kwao walioko chini ya mwongozo wake.

4. Viongozi wanapaswa kuiga mfano

huo_____

_____na

_____

_____anayotarajia kutoka kwa wafanyakazi ama vibarua.

5. Unapojaribu kuongoza ukitaka kiwango chako cha cheo itakuongoza kwa

_____

_____kati ya viongozi na wale anavyoongoza.

6. Ukiongoza katika ile hali ya kuelekeza na kuamuru na hali ya kulasimisha katika uongozi kati

ya_____

_____kimawazo.

7. Nia hii

udumisha_____

_____na uondoa tumaini la aina yoyote ile ya

kuinuliwa_____

_____

8. Ni nini inapaswa kiongozi kuonyesha wale
kuwa bwana mkubwa alishindwa kufanya

_____

_____

_____

_____

_____

_____

9. Mtazamo mzuri kwa uongozi ni kusema wale
ninao waongoza hawafanyanyi

_____

_mi

au_____

_____mimi

10. Kuumba moyo wa kujitolea ili ifuatwe
inahitaji kiongozi awe

a) Afafanue kwa hisia iliyowazi

ya_____

_____na

_____

_____ na kiongozi.

b) Kutumika

kama_____

_____kwa_____

_____

wale wanao ongozwa na roho.

11. Wafuasi watakua

kwa_____

_____kwa wale ambao

wame_____

_____ndani.

MLANGO WA 2
Hesabu mahamuzi yaliyo magumu

Barasa la mji   wa Ahoskie, 2013

Hesabu gharama

Wewe uchunguza na kupima vipi mwelekeo katika tendo kuchukua au ni upande upi? Kwa jambo ninapaswa kuchagua kufanya mahamuzi sio tu jambo la uongozi wa kila siku ila nyakati nyingi

19

kwa siku ikiwa ni mahitaji. Kiongozi amechaguliwa ili apeana mwongozo kuhusiana na mambo magumu ya shirika.

Baada ya mimi kujiunga na ujuzi wangu wa kwanza wa kiuchungaji, Nilitembelea ukumbi wa mji kwa mji wetu nami nikajitambulisha kwa meya na washauri wa mji. Kwanza hasa baadhi ya miaka kadhaa kanisa letu lilikua limejenga jingo la shule na ukumbi mkubwa wa ushirika. Na pia mahali pa malezi yakiwa yaliyopanuka na kuwa shule kubwa sana ya kikristo. Kanisa letu lilianza kujulikana kwa mfano wa jumuiya.

Nilikwa nikifanya kazi kwa ofisi yangu asubuhi moja wakati katibu wetu alinipigia simu. Sauti ya upande mwingine ilikuwa mojawapo ya kanisa akiwa mshirika aliyekuwa mtu wa ukoo aliye ajiriwa kwa mji. Mshirika wa kanisa alinijulisha kuwa meya na barasa la mji walikua wakikutana hasa kama lisa kuzungumza na hata kukubali ombi la kibali cha duka la pombe karibu na kanisa letu.

Sheria ya taifa inakataa uusaji wa pombe katika futi 300 karibu na shule. Duka hilo la pombe lingewekwa tu karibu na lango la shule na kanisa. Na hakukuwa na tangazo lolote kuhusu pombe kuuzwa kwa hoteli, na uadhiri wake, mtu mkubwa katika maeneo hiyo alikuwa amepanga hivyo ili apate kibali.

Hoteli hiyo hasa ingegeuka kuwa paa mahali ambapo chakula kichache sana kingeliuzwa. Baada ya kuwaza na kuwazua, nilihisi kuwa jambo hili litaadhiri kanisa na shule ni muhimu kupinga jambo hilo. Meya pamoja na barasa lote walikua kwenye ukumbi nami nikajitokezeleza kwenye mlango na kuchukua kiti na kuketi pale nyuma, nina uhakika meya alishangaa kuniona mimi nami nilikua mtu wa kipekee tofauti.

Kwa muda mchache mambo kuhusu kibali cha kuuza pombe kilianza kuzungumziwa. Nikaomba ruhusa kwa meya ili ni nene na barasa, mmoja wa barasa ambaye, Baadaye alikuwa ni rafiki wa mwenyekiti wa paa alinipinga kwangu nikinena, aliniambia kwamba mimi sina nafasi ya kunena kwa sababu mimi sio mhusika katika barasa la mji, hasa sana kwangu kulikwa na mwandishi wa habari aliyenakili kila kitu kilicho tukia pale. Nilimtazama meya na meya alikua akimtazama mwandishi, yeye na mimi tulikua tukitazama kichwa cha habari kwa ajili ya ripoti kesho kwa gazeti, meya na barasa walinizuia mimi mchungaji nisiendelee kuongea. Kanisa letu lilikua limechukuliwa kwa mji, na nikafanyika mtu niliyejulikana kwa mji masaa 6 kila siku kwa wiki kwenye Redio kwa ombi lao ambalo sikugharamia meya.

Meya kwa haraka akatoa mahamuzi ya mtu wa barasa na kufanya jambo la muhimu. Hakuna ubaya wowote kwa kumhusu kasisi Harris kunena. Sikuwazia kuwa ningeomba kuzima mambo ya kibali, lakini niliamini kua kuna nafasi nyingine ya kuweka mkazo kutoka kwa jumuiya ilipofushwa na jambo hili na kuwa jambo hili limefanyika kwa nia kua limefichwa. Ombi langu kwa barasa ni kuhairisha ombi na jambo hilo kua majuma mawili ,wekeni mkutano ufanyike jioni badala ya mchana ili na wale walioko kazini wahudhurie, tangazeni kwenye magazeti, na mruhusu wana jumuiya kuhudhuria na kushiriki na kutoa hisia zao kuhusiana na jambo hili. Barasa likapiga kura kwa wingi kasoro mmoja ili barasa iwekewe majuma mawili baadaye. Nitashiriki matokeo ya mkutano baadaye katika mlango huu.

Maswali mawili, ikiwa itaulizwa na kujibiwa na viongozi.

Mzaada wangu wa kunielegeza jinsi ya kufanya maamuzi, jambo **la kwanza** kuuliza ni kuangalia uweza wa wale wote watakaopeana mzaada katika hali ya mwelekeo. Ikiwa gharama inazidi faida, jawabu (LA) ndio jibu. Ikiwa faida itakua juu kiasi cha kupita gharama, basi jawabu
ni NDIO.

Wakati mahamuzi yalifanywa kumwelekea meya na barasa la mji. Nilijua ni lazima kutakua na gharama. Ilinipidi nipime kwa nini itakua. Ilikua ni hali ya msimamo kipinafsi kwangu lakini hata hivyo iliyomuhimu sana, ilikua ni matukio ya umuhimu kuhusu kanisa pamoja na shule. Itaweza kugharimu kiasi cha kutokuungwa mkono na wachache katika serikali, lakini mwisho italetea kanisa heshima na kwangu mimi kupata heshima kwa wakristo katika jumuiya kwa jumla, nilitambua kua mwisho tumepata pia heshima ya meya na wengi katika barasa kupitia tukio hilo.

Jambo lilishughulikiwa katika hali ya kazi na kibishiara nami nilijaribu kujiendesha kwa upole mwingi nikionyesha heshima kwa mamlaka. Mambo mengi yangepatikana tulipoendelea kusonga mbele kuliko yale yangelipotea kama tusingeweka msimamo wetu dhabiti.

Jambo la pili unapaswa kuuliza unapojaribu kupambana kati ya matokeo mazuri katika tendo kufuata amani, sehemu ipi nyingine tunapaswa kuchagua? je jambo hili linahusu kupoteza uhusiano? Mambo mengine ni, jinsi ya kupanga na kukabili hali kwa mawazo yako.

Mambo mengi ya kutatanisha ambao kiongozi ukabiliana nayo itaangukia katika mojawapo. Kiwango cha kwanza ni kile cha tabia, mtindo au kanuni za kibibilia. Ikiwa mahamuzi utakayofanya yanahusu hali ya usinzi, basi itabidi mmoja ahatarishe kupoteza kwa mmoja na uhusiano saidi ikiwa inawezekana. Hili sio jambo raisi, kwasababu itagharimu kukumbana ana kwa ana na watu unaowajali sana. Lakini ni lazima itimizwe.

Iliwa jambo linahusu mambo ya ukoo, basi jambo ni lazima lichukue mkondo wake kuhusiana na uhusiano. Jambo la kiukoo lazima likabiliwe. Jambo moja la mfano linaweza mtazamo wa kuonekana kutokuaminika kwako kama kiongozi, ili ni jambo lisilofaa na nilazima lishugulikiwe.

Tabia ya kwanza kuhusiana na talanta, uwezo, na hali yake kwangu kama kiongozi siku zote alikuwa mtiifu. Nilitarajia wale wanafanya kazi chini ya uongozi wangu wawe watiifu na wenye msaada.

Kufanya mahamuzi kuhusiana na kanuni za kibibilia ni mojawapo ya kupambana, ikiwa Bibilia itasema fanya ama usifanya, basi jambo hilo litamaliza na vipande vianguke mahali pake. Mambo hayo ni saidi ya uhusiano ikiwa inahusishwa na mwenendo, mtindo, au kanuni za Bibilia.

Kiwango cha pili ni kufananisha, mahamuzi, au jambo chepesi kuhusu maoni. Vitu vingine havishindi dhamani ya kupoteza uhusiano ikiwa haitakua siku zote njia yangu au mapito makuu ya kiongozi. Ikiwa mahamuzi au maoni yanaweza kudhuru uhusiano na inachochea na kuelekea kwa jambo hilo kuhusu maoni, wakati mwingine sehemu iliyopoa ni kutafuta njia ya kukubaliana ama kutokutenda jambo lolote.

Hali moja huja kwa mawazo, nilitumika kama msimamizi wa wanafunzi nikipeleka habari kwa Raisi wa chuo cha Welch. Nilifanya mahamuzi ambayo Raisi hakua tayari kukubaliana nayo. Nilijifunza somo kuu nikitazamia jinsi alikua akifanyia na pia hali. Alisema jambo kama, Roy, kwa kweli nisingelifanya kama wewe kiusawasawa, lakini wewe huko karibu sana nayo kuliko mimi.

Ninaamini maamuzi yako kwasababu ninakuamini wewe.

Alikua amenipuhuza ikiwa angelisema kwamba maoni yake yalikuwa sawa. Kama angelisema hivyo kwa kweli ningelifanya mahamuzi mengine. Jambo hilo lingenifanya kua mzembe na kua na sababu ya kutokutoa mawazo zaidi siku za usoni, lakini alitambua udhamana wa uhusiano wetu na akachagua asisababishe nafasi ya kujeuri kwa sababu alikua na maoni tofauti na hakunidhunisha na kuniambia nipadilishe mahamuzi hayo.

Unapokumbana na mahamuzi au tendo kuchukuliwa, uliza swali lililo muhimu nitapata faida gani ni asara ipi nitakayoipata na shirika langu?

Baada ya kupima kwa uangalifu wa kila jambo enenda ukiwa na moyo mtulivu na ufanye mahamuzi ambayo yanaonekana kufaidi shirika kwa njia kuu.

Ikiwa mengi yatapatikana kuliko kile kinaweza hasa kupotea basi umepata jawabu.

Wazia kwanza kuhusu ikiwa jambo hili linahusu mwenendo wa tabia, mtindo au kanuni za Bibilia au jambo la kuwazia, mahamuzi, au maoni, tabia, mtindo, kanuni za kibibilia zinahitaji msimamo dhabiti na inaweza kuhitaji kujitolea katika baadhi za ushirika.

Maombi na uangalifu kwa makini inapaswa kusingatiwa kwa uzito kuhusiana na chanzo cha tendo litakalo gharimu uhusiano. Tunaposhindwa kuwa na msimamo basi inaweza kusababisha uwazi wa mtazamo mpya kitabia katika shirika na pia mgawanyiko kuhusiana na hali ya kihisia kwa mtu binafsi hasa kiongozi na heshima aliyonayo kwa wao anaowaongoza, itadunisha tabia iliyo nzuri.

Ikiwa chanzo cha hali au mahamuzi ni sababu ya hali, mahamuzi au maoni, basi yalenge kwa uangalifu matokeo ya kuadhiri yatakayo kua kwa shirika. Ikiwa haitaweza kuleta utofauti mkuu

jinsi hii njia moja au nyingine, usihatarishe kwa kuharibu uhusiano na waajiriwa au viparua sababu ukiwa ni kwamba unatofauti ya maoni, heshima nyingi inaweza kuhifadhiwa kwa mhitikio na chanzo cha tendo ambayo inaeleweka kuwa nzuri.

Waruhusu wale unao waongoza kuwa wafumbuzi. Watatweza kukushangaza kwa ufumbuzi na mawazo na kila tendo litakalo elekeza shirika ama kanisa mbele usidhani kua mawazo yake siku zote ndio bora; uwe mwepesi njia yangu ama njia ya wote katika mawazo na kiongozi itachangia hisia isiosawa na shaka kwa wale unaowaongoza. Ni tabia asiyo nzuri ila ya kuangamiza.

Kuhusu pombe na Hoteli! Majuma mawili baadaye barasa waliamua kusikia mawazo ya jumuiya kuhusu kibali cha hoteli la Brown, Bag Restoraunt. Ukumbi wa barasa ulikuwa umejaa na kufurika, watu kumi na watano walinena kwa hali ya kupinga ila mmoja.

(Mfanyi biashara aliyehitaji kibali cha leseni) alinena, barasa lilipiga kura, na mahamuzi hayakufaulu, na akanyimwa kibali.

Natamani ningesema kwamba huo ndio mwisho wa kibali, lakini mji mkuu wa Karolina uliruhusu kibali ipeanwe. Tulihitaji jengo nzuri kwa mji, nami niliuliza jamii ya kanisa letu kwanza kuomba hasa kwa jambo hilo. Niliwauliza kwamba tuombe ili mkahawa wa Brown Bag uondolewe na tuweke kitu kingine tulicho nacho kwa mipango mwaka ujao. Tuliomba, ninajua nivigumu kuamini lakini mwaka mmoja baadaye kwa juma hilo, Brown bag alikuwa amehama na mkahawa mwingine kwa jina Golden

28

carral ulifungua milango yake katika maeneo yale yake.

MWONGOZO WA KUJIFUNZA
MLANGO WA 2: HESABU GHARAMA

1. _____

_____kufanya jambo sio tu sehemu ya ushirika ya kila siku ila inapaswa iwe jambo la wakati mwingi kwa

sik_____

_____

2. Kuna maswali mawili ambayo yanaweza kutumika kwa njia ya

msaada_____

kwa kusaidia kuamua

_____

_____cha tendo.

3. Swali la kwanza ni ipi?

_____

_____

_____

_____

_____

_____

_____

_____

4.   Ikiwa

_____ni

zaidi ya

_____

_____basi jawabu ni lako.

5.   Ikiwa

_____itap

itilia katika uzito

inayowezekana_____ basi jawabu

na liwe ndio.

6.   Mambo nayashughulikiwe njia

_____

_____ ikionyesha

_____

_____ kwa wao waliomo kwenye mamlaka.

7.   Jambo lipi la pili kiongozi anapaswa kujiunga
anapojaribu kutafuta njia nzuri ya kuchukua

_____

_____

_____

_____

_____

_____

_____

_____

8.   Je kuna mambo mengine yanayoweza kusababisha kufunja uhusiano? Ndio au hapana ikiwa ni ndio basi ni zipi?

_____

_____

_____

_____

_____

_____

_____

_____

_____

9.   Mambo yakutatanisha hasa uangukia katika aina ya viwango vingapi?_____

10.   Kiwango cha kwanza ni_____

——/————————————————————————

au————————————————————————————

————

————————————————————————————

————————————————

11.   Kukumbana na aina hii ya jambo inahitaji jambo la ana kwa

ana——————————————————————————

12.   ————————————————————————————

————————inaweza

kuchukua——————————————————————————

————————

kuhusiana na uhusian na ni lazima ishugulikiwe.

13.   Basi mfano mmoja wa tabia ya kimtindo ni upi ambayo inapaswa kushughulikiwa?

——————————————————————————————

——————————————————————————————

——————————————————————————————

——————————————————————————————

——————————————————————————————

——————————————————————————————

——————————————————————————————

_____

14.   Ni tabia ipi inayo elekea talanta na uwezo ambayo kiongozi anatarajia kuiona kwa wale wanafahamika chini

yake_____

_____

_____

_____

_____

_____

_____

_____

15.   Mahamuzi yakiegemea juu

ya_____

_____

ndizo zilizo rahisi sana kupambanua.

16.   Utatanishi wa pili katika viwango hivi uangukia kati

_____

_____

_____

_____,au jambo rahisi kama

la_____

17.   Wakati mwingine sehemu ilivyobora ya uwanja ni kutafuta njia

yaku_____

au_____

_kabisa.

18.   Wakati umekumbana na mahamuzi muhimu

utiza_____

_____

19.   Enenda na hali yako ya mahamuzi ya

moyo_____

_____

na ufanye mahamuzi

yanayoonekana_____

_____

shirika hasa.

20.   Kubali wale unaowangoza

kuwa_____

_____

Mlango wa 3 - Uwe na lengo kabla ushambulie (Usiwe wa haraka kufanya mahamuzi)

Uwe na lengo kabla ushambulie, hivi majuzi nilisikia hadithi kuhusu mtu maskini
asiye na makao aliyepatikana amefariki kwenye mji mdogo. Barasa la mji lilikua limekwisha kufanya mashauri na waudumu wahusika na mazishi kugharamia malipo yote hata yakaburi hata kununua mahali pa kaburi. Mkurugenzi wa mazishi alimuuliza

kijana acheze na kuimba nyimbo chache kwenye maeneo ya kaburi na mhudumu wa serikali aseme maneno machache, hapa sasa kuna kijana akipangia nyimbo kwa maneno yake mwenyewe.

Kama mcheza zeze, na alicheza kwa maneno mengi. Kisha nikaulizwa na mwelekezi wa mazishi kuwa nitaimba pia katika maeneo ya kaburi, kwa ajili ya mtu asiyekua na makao. Hakua na familia au rafiki, kwa hivyo ibada ilikua ifanyike.

Maeneo yalikuwa yakiitwa pauperi katika uwanja wa wanyama, kwa sababu nilikuwa sijazoeana sasa na maeneo hayo nanilipotea.

Nilifika mahari pale kwa lisaa nikiwa nimechelewa wahusika wa mazishi walikuwa tayari wameenda na hakuna na hakukua mtu yoyote, kulikuwa tu na wachimba kaburi na wao walikuwa wakila chakula cha mchana.

Nilijihisi vipaya sana na kuwaomba wale watu wanisamehe kwa kuchelewa. Nilikalibia kaburi nikatazama tayari ilikuwa imekwisha funikwa, sikufahamu jambo lingine la kufanya ila nikaanza kucheza zeze.

Wafanyikazi waliweka chini chakula chao na kuanza kujikusanya, nilisifu kutoka kwa moyo wangu kwa ajili ya mtu huyo asiyekua na familia na marafiki, nilicheza kana kwamba sijawahi cheza tena mara nyingine kwa ajili ya mtu huyu asiye na mke.

Na nilipokua nikiimba wimbo wa"Amezing grace wafanyikazi walianza kulia, walinifanya nami nikalia pia zote tuliingia katika kulia. Nilipomaliza nilichukua zeze langu na kuelekea kwenye gari langu, ingawaje kichwa changu kilikua chini lakini moyo wangu ulikuwa umeinuliwa na umejaa.

Nilipofungua mlango wa gari langu, nilisikia mmoja wa watenda kazi akisema, sijawahi kuona jambo kama hili tena nanimekuwa nikifanya kazi hii kwa miaka ishirini. Kwa hakika mimi ningali nimepotea akasema.

Mcheza zeze kwa kweli aliadhiri hali ya mahali pale alifahamu shimo lililokua chini mahali ambapo lilikua ni tangi ya uchafu nikidhania ni sanduku la dhamana. Kuwaza kwake kulikuwa kumechawa na hisia nakile alitarajia kupata. Kulikuwa na hali ya utofauti kati ya tangi ya uchafu na kaburi, zote zilikuwa ni mashimo

37

yalioko chini, zote zilikuwa na masanduku zilizokorogewa, zote silikua na vifuniko vilivyokorogewa. Zote zilikuwa na watenda kazi wakiziudumia watakao funika shimo hilo.Lakini jambo moja la mfano lilionekana kuwa je shimo hilo kwenye ardhi lilikua la nini?

Viongozi wanaweza kufanya makosa yale yale, wanapaswa kuwa waangalifu wanapo angalia hali. Kile kilionekana kua jambo moja baadhi ya kumsikia mtu mmoja matokeo inawezekana iwe sawa, utofauti mdogo, ama zote nitofauti wakati mambo yote yamejulikana. Kukusanya habari kwa ufasaha ni jambo la kuelewa hali, kuelewa hali niya muhimu, ikiwa viongozi watafanya mahamuzi yaliyo bora na kufanya mahamuzi sawa.

Mtu atapata vipi habari iliyo muhimu kuhusiana na hali iliyoko? Hakuna jambo la kukisia, lakini kuna mambo machache ya kukumbuka yaliyo ya msaada. Kuelekea kwa nani, nini, ni wapi iliyo njia kuu ya kuweka vipande vyote pamoja kuhusiana hali. Sio hasa kwa mpango huo ila kwa njia itakayo nisaidia kukumbuka.

Swali la kwanza kujiuliza ni nini? Kwa kuuliza nini

unaweza pia kupata jawabu la maswali mengine pia. Je unaweza kuelezea kwa kweli ni nini ilikua ikiendelea? Kwa kuuliza swali hili kwanza mmoja anaweza kupata ufahamu kuhusiana na hali hiyo, maeneo na umuhimu wa hali.

Swali la pili kuuliza, ikiwa kama haikupatikana katika swali la nini, ni wakati upi, muda na wakati ni ya muhimu kwa sababu kadha. Je unaweza kunielezea mambo haya yalitokea lini (kutendeka)? Ikiwa basi ni jambo ndogo na iliyopitwa na wakati inawezekana kusiwe na muda na wakati wa kushugulikia sasa. Madhara mengi hufanyika wakati tunahamusha mambo yaliyopita na inapaswa kupakia kaburini. Ikiwa iwe ni mambo madogo yanayo chupuka na inawesa kushugulikiwa basi ni muhimu kutambua waketi wakifanya hivyo.

Mambo ya kuhadhiri yanapaswa kushugulikiwa kwa haraka sio baadaye kutenda kwa haraka kunachochea umuhimu wa jambo hilo na ubora wake nimuhimu kushugulikia jambo likiwa ndogo na wahusika wote wawe wako wakati akili zao ni timamu. Inawezekana isiwe iliyo bora kusema, wakati mwingine mambo muhimu yaachwe. Hekima na ukomavu utamsaidia kiongozi atakavyofanya.

Swali la tatu la kuuliza ikiwa haijapatikana kwa hayo mawili yakwanza, **NANI?** Hasa mhusika atatajwa jina lake na mtu anayeelezea tukio. Ni muhimu kumjua kila aliyehusika. Ukiuliza kua je unaweza kunieleza kila mtu aliyehusika kwa jambo hili kwa majina , nyuso na hali ya kuonyesha itasaidia. Mtindo watukio lililopita, au mwenendo wa kila mmoja inaweza kua muhimu katika hali hiyo pengine imeunganika kwa nyingine ikijua ni nani mhusika. Kuhusisha ni ya muhimu kusaidia kujua jinsi ya kushugulikia hali.

Swali la nne la kuuliza ikiwa ukiitambua kwa yale matatu, ni uelewe jambo kama "wapi" ili pia litajulikana kama: **a)** Hali inayoelezewa na mmoja wao **(b)** ni nani atashiriki na kiongozi, wapi kwa hakika inafanyika maeneo ya tukio au hali inaweza kudhihirisha utofauti. Ikiwa hali ile ilichukua nafasi katika maeneo yanayoguza shirika letu waajiriwa na viparua katika mpangilio na vitu vya shirika au mfuto wa shirika, kiongozi anapaswa kushugulikia jambo hilo.

Ikiwa tukio la jambo hilo lilikua nje ya mita kadhaa umbali na shirika letu, Basi jambo hilo litahusisha sheria na mamlaka. Inaweza tu kuhusisha waajiriwa na viparua wala sio shirika au kanisa. Ukijua mahali matukio yalianzia ina saidia kutuelezea na kuelekezea na kuelekeza hali jinsi inapopaswa kuelekezwa.

Kama vile sarafu ina pande mbili, kuna hali iliyo zaidi ya moja katika hali. Kusanya mambo yote na ikiwezekana rudi nyuma na uwazie kuhusiana na kile umejifunza, kashi ufanye mahamuzi kulingana na kile unaona ni bora.

Hali zingine zinapaswa kupakia. Ikiwa itaajiriwa pekee, zenyewe zitajishugulikia werevu.

Kiongozi ataishi ikiwa muda wake umetumika na mapato ya uchunguzi yametumika kwa kila hali inayotokea maishani. Anapaswa kuwa na uangalifu na umaakini kwa jambo hilo ikiwa haliko katika hali ya kushugulikiwa lakini hata hivyo muda utaishugulikia.

Ukiuliza mtu Yule aliyeleta habari hiyo kwako kuwa wana mahamuzi yapi kuhusiana na jambo hili ni jambo nzuri. Utaweza kusikia mahamuzi yao na matarajio na kwa njia hiyo utapata ufahamu kuhusiana na kiwango cha haja na hisia ambayo wamechangia kwa hayo.

Ni muhimu pia kupata maoni na mashauri yawengine kabla haujafanya mahamuzi yoyote ile (shemasi, trasti, mashirika, kamati, barasa la Raisi na kuendelea. Kila hali inapaswa kushugulikiwa kwa utulivu na upole mwingi, matukio mengine uleta dhiaka kwa kiongozi na shirika. Ni hekima pia kuwahusisha wale wanaotaka kuhusika na wako nje ya habari ili dhiaka ikija wasiadhiriwe na dhiaka itakapotokea.

Jambo moja la mwisho – weka Boriti yako, kamati, barasa la shauri au NK kati yako na shida hizo. Siku zote, tena nasema siku zote yaweke, na habari ikiwa imejumuhisha kwa mahamuzi au tendo ambalo litatukia kua utatanishi. Jambo la hekima kufanya nipeane jambo hilo kwao na uliza changio lao. Peana wazo lako kama hatua ya tendo uwaulize

wanawazia nini kuhusu jambo hili watoe
mawazo yao kwanza kabla kufanya uamuzi.
Wakati mahamuzi na mawazo yawengine
yachukua mkondo wake, shiriki nao kua sisi
kama budi, kamati, barasa la mashauri, au Nk,
na mimi) hisia nzuri ya kusaidia kufanya
mahamuzi ni ku……………

MWONGOZO WA KUJIFUNZA

1.   Viongozi wanapaswa

ku_____wa

kati_____

hali.

2.   _____ku

elewa hali ni kiongozi anayefanya mahamuzi

mema.

3.   Kuelewa

_____/_____

_____/_____

_____na

_____ni njia

nzuri tunahitaji ujumbe kwa uangalifu kupima hali

iliopo.

4.   Kwa kuuliza swali la

kwanza_____

_____utaweza

kupata jawabu kuhusu maswali mengine.

5.   Kwa nini ni muhimu kuuliza jambo, kama

wakati upi

_____

_____

_____

_____

_____

_____

_____

_____

6.   Ni wakati upi mambo magumu yanapaswa kushughulikiwa? Elezea

_____

_____

_____

_____

_____

_____

_____

_____

7.   Swali la tatu linalopaswa kuulizwa ni lipi na ni kwa nini?

_____

_____

_____

_____

_____

_____

_____

_____

_____Hili
ni swali la nne kuuliza? Ni muhimu kwa sababu

_____

__mahali pa matukio _____inaweza
kufanya utofauti.

8.   Ikiwa tukio itawahusisha

_____jambo
hilo

basi_____

_____anahitajika kuambiwa.

9.   Kuna baadhi ya hali
ikiwachwa_____it

am_____

mwenyewe nje.

10.   Siku zote weka Bodi, barasa la ushauri au
kamati kati yako

na_____

MLANGO WA 4
Mimi sipendi

(kushughulikia kukosolewa kwa heshima)

Kanisa la kwanza alilochunga mwandishi kanisa la Ahaskie, NC

Mimi sipendi

Mkutano wa mwisho na kamati ya ujenzi siku chache kabla ya chaguo la kanisa jipya, jambo la siada liliitajika baada ya muda mchache, mshirika mmoja alikua amekomaa kuhudhuria baadhi ya mikutano naye mapema kabla wengine hawachafika na kusikia swali lolote angeliuliza. Nilishikilia chombo kilichoshikilia mambo ya msingi.

Fungua mpango wa uchoraji na kuiweka juu ya meza nikiwa na tarajio kuu kwamba wanakamati watatoa maoni kuhusiana mpango wa jengo jipya. Ninakumbuka nikimuuliza kuwa wewe unaonaje! Kwa mshangao wangu aliitikia kwa kusema kuwa yeye hapendi ramani hii! Ingawaje nywele yangu nyekundu ya kitoto imeisha, ni ngali nilikua nayo majira mwaka wa 28. Nilijihisi kuwa hasira imeinuka akilini mwangu, ilishtua mwili wangu ilisababisha nikageuka uso wangu ukawa mwekundu na nikatamka maneno yaliyochomoka kwa kinywa changu kikubwa.- Nikajikuta nina sauti nyingine tofauti kwani ubaya wako ni nini! Nilikuwa nikiwazia ujitokezee wewe kwa mkutano wa mwisho. Na baadhi ya wanakamati wanachukua muda wao kwa jambo hili kisha sasa

48

wewe unakozoa kazi hii? Mimi nilipokuita sikutaka dhiaka. Nilikuwa nikimuonyesha ukarimu, alipaswa kufurahia jengo badala la kulikozoa. Aliitikia na kusema vyoo pamoja na ofisi ziko mahali pa baya kila kitu kimerudishwa nyuma, ofisi sinapazwa ziwe mbele ya lango.

Kanisa lilikua limeanza ulezi wa chekechea wakihitaji vyumba vingine vya shule ya Jumapili na ushirika na ukumbi wa kukulia chakula. Kanisa lilikua limeamua shule ya chekechea ipandishwe hadi iwe shule ya kikristo. Macho yangu yaliondoka kumuelekea na kurejerea kwa ramani niliyokua nayo mezani, na vyoo vilivyoitajika kuhamishwa.

Sina uhakika kwa nini tulikosa lakini tulifanya hivyo, mtazamo mpya wa kutazama ulionekana kabla kuona makosa tuliyokua tumeyafanya tulipotambua kua tulikosea tulifanya mabadiliko. Nimerudi kanisani mara nyingi na nyakati tofauti tofauti.

Kwa sherehe nyingi, na pia siku zote ukumbuka ninapopita karibu na vyoo hivi, ni jinsi gani ilivyo muhimu kusikiza dhiaka kuhusu ujenzi.

Haiwezekani kuwapendeza watu wote nyakati zote, dhiaka itakuja ikiwa hautafanya kitu ama itakuja wakati unafanya kitu. Siku nyingi nimejihiii kuwa ni muhimu kudhiakiwa kwa kufanya kitu kuliko kutokufanya kitu, jinsi tunavyo kabiliana na dhiaka ndicho chanzo. Kuna mwondoko mwepesi kuhusu dhiaka nilijifunza miaka mingi iliyopita na imenisaidia sana, napengine inaweza kuwa ya msaada kwako pia.

Wewe ufanye nini unapokumbana na dhiaka? **1, Hatua 1**-isikie kwanza kabisa, wakati unadhiakiwa chukua muda na usikize dhiaka **SIKIZA DHIAKA.** Nyakati nyingi hatuwezi kumsahau mtu anayodhiaka ili hata hatutaki kusikia atakalosema. Pengine kwa sababu ya matukio ya mashambulio ya hali iliyopita ama kutokubaliana. Pengine ni tukio la kuhusu utofauti wenu wa kipnafsi, jambo moja nimejifunza kwa miaka mingi ni kuwa hauwezi tu kujifunza kutoka kwa marafiki wako. Nimuhimu kujifunza pia kwa wale wanaoweza kukupinga **chanzo ni;** kutazama

zaidi ya mjumbe ukitamani kusikia ujumbe wake, uwe mwangalifu usigongeze mlango kwa sababu ya vile unavyowazia kumhusu. Msikize, kama nisingelipatia ujuzi na hisia kuhusu mjumbe, nisingelipata vyumbe wa muhimu aliyokua nayo.

2 HATUA 2 - ITAZAME. Kila mmoja anapaswa kupima kiwango cha dhiaka. Je jambo hilo ni kweli? Dhiaka hii ina umuhimu wowote? Kuna jambo lipya lililojificha?

Mara umechukua muda kuondoa ya kale kuhusu mjumbe na usikie ujumbe, hatua inayofuata ni kuamua ikiwa dhiaka ni ya manufaa.

Mradi nimetoa lile jambo la dhiaka na kwa utiifu kutazama dhiaka, inaonekana wazi kuwa ilikua ya muhimu ila tu, ilifanyika wazi tu kua ilikuwa nidhiaka. Ikiwa ningechimbua na kupuuuza yale nilipaswa kujua kuhusu mahamuzi mabaya iliyofanywa miaka mingi iliyopita kila wakati ningerudi kwa kanisa hilo la kwanza. Ikiwa dhiaka inafaa basi enda hatua nyingine.

3 HATUA 3 JIFUNZE KUHUSIANA NAYO:
Ikiwa dhiaka inafaa usisababishe kiburi kikulemee na kusimama mbele yako. Jifunze kile unaweza kujifunza kutokana

na dhiaka hiyo, pima uone ikiwa hali itaweza kupadilika ama kurekebishwa. Angalia ni hatua gani inaweza kuchukuliwa, marekebisho inahitajika kuchukuliwa hatua kwa mume au kwa mke na kuchagua ipasavyo kufanya wema mpango na ufanye yakupasavyo kufanya.

4 HATUA 4 – JUU YA DHIAKA. Basi ikiwa dhiaka sio muhimu? Kuna hali nyingi huja kwa mawazo, nina kumbuka mmoja mshirika wa kanisa alipata kati ya shule ya Jumapili na ibada ya kuabudu ya asubuhi (wakati mgumu wa mchungaji ni kusikia dhiaka)

Jumapili iliyofuata tulikua tumeanza muda wa ushirika wakati wakufungua ibada. Ukumbi wetu ulikua mkubwa kiasi ambapo tungelisalamiana kwa mkono na pia iwezeshe wale hawangeweza kutembea wasalimiwe na kuambiwa wanapendwa na baadhi ya washirika ilikuwa ni wakati wa furaha iliyo chukua nafasi mapema kwa ibada.

Washirika waliitikia kwa njia nyingine nzuri ya kuona kuwa ilikuwa ni vyema kuwa na ushirika wakati huo. Alielezea sababu zake na kuniuliza kama ninaweza kukatisha muda wa ushirika. Elewa kwamba huyu alikua mmoja wa watu wenye ushawishi wakufanya mahamuzi kanisani.

Basi nitafanya nini? Kwanza nilimshukuru kwa kushiriki mawazo yake nami. Ni wazo nzuri kumshukuru mtu awaye yote Yule kwa kushiriki dhiaka. Sio kuwa mimi nifurahie dhiaka ila ingefaa kuijua moja wapo kuliko kutokuijua na kashi iwe imetambaa kwa baadhi ya washiriki kabla inifikie mimi.

Jambo linalofuata ni kufanya mahamuzi ya kuangalia jambo hilo.Sikuahidi jambo lingine, nikawafikia watu kadhaa niliowadhania ni wazalendo wema kwa kusanyiko. Sikuwafunulia kwanza kuhusu dhiaka ila kutaka kujua kutoka kwao kuwa wanasema nini kuhusu jengo jipya la ibada. Majibu yalikua ya ajabu, kila mmoja alidhania kua ilikua ni wakati wa vinyati wengi walipenda na kufurahia.

Nikapata jibu langu baadaye kupima dhiaka na kuiba mtazamo wa mawazo nikaona kuwa dhiaka hiyo haikua na uzito wowote kwa hivyo jambo nzuri ni kuendelea na ushirika. Hata hivyo, wachungaji wawili baada ya miaka miwili Jumapili asubuhi kwa ibaada ya ushirika ilikua inaendelea.

UTAFANYA NINI? Baada ya kusikiza na kutazama dhiaka na kuona kua haina umuhimu, amua kua utaishi juu yake, endelea kufanya kile unacho fanya.

Na je wakati unajihisi kua huu ni wakati wa dhiaka mengi yatasemwa katika milango inayofuata na mtazamo ufaao utaelezewa. Nataka kuingiza jambo moja la muhimu kwa kuinena hapa.

Kila mmoja na aikabili dhiaka katika hali ile ambayo yeye angelipenda apokee. Bibilia inatushauri kuwa tuwaudumie wengine jinsi tunapaswa tuhudumiwe pia, ni njia kuu ya kuelekeza hali yoyote ile ya dhiaka. Kila mmoja anapaswa awe na muda ya kuwaza kuhusu dhiaka ile, na achague wakati wake, mtindo, na maneno ya dhiaka kwa hekima. Kiongozi mwerevu anapaswa kupeana suluhisho la kueleweka kwa wao anao wakabili na dhiaka. Haitoshi tu kumwambia mtu ya kua haupendi jambo, ikiwa roho yako iko sawa, anataka atafute suluhisho kuhusu mambo yaliyoko.

Jikumbushe kila wakati kua itakua mbaya sana ikiwa unataka kumpendeza kila mtu kila wakati. Lakini hilo chambo halitawezakana, fanya kile unaamini kuwa ni sawa na ufuate kile unadhania ni kizuri, Endelea mbele katika ufalme, ukumbuke ni nani kwa kweli unamfanyia kazi, Bwana Yesu Kristo YEYE NDIYE ANAPASWA KUPENDEZA. Unakumbuka msemo wa kale "Ikiwa mama hana furaha basi kila mtu hatakua na furaha, kweli lengo letu ni kumfanya Yesu Afurahi, ikiwa atafurahi basi atafanya kila kitu kiwe sawa mahali pake.

MWONGOZO WA KUJIFUNZA

1.   Ni Hekima

ku_____

_____kwa

dhiaka

2.   _____

_____ila kuja ikiwa

utafanya_____

_____

_____

__au ikiwa

utafanya_____

_____

3.   Ni hatua zipi 4 unapaswa kuchukua wakati

umekumbana na dhiaka?

A)_____

_____

_____

B)_____

_____

_____

C)_____

56

_____

_____

D)_____

_____

_____

4.   Kwa nini ni vigumu kusikiza dhiaka kutoka kwa watu wengine?

_____

_____

_____

_____

_____

_____

_____

_____

_____

5.   Kwa nini ni muhimu sana kuona zaidi ya mjumbe aletaye dhiaka?

_____

_____

_____

_____

_____

_____

_____

_____

_____

_____

_____

41

6.   Mtu anapaswa
atazame_____

_____ya dhiaka, ni mambo
mangapi hayo matatu anapaswa kujiuliza?

a)

b)

c)

7.   Ikiwa dhiaka ina umuhimu
usiruhusu_____

_____au

_____

_____kukuepusha ili usijifunze
kutoka kwa hiyo.

8.   Angalia ikiwa hali inaweza

kua_____

_au_____

9.   Pambano ni

nini_____,__

_____au_____

_____ inaweza kuchukuliwa.

10.   Anzisha

_____ya matukio

na _____kuhusu

mabadiliko yanayo hitajika.

11.   Kiongozi anapaswa kufanya nini ikiwa dhiaka haina umuhimu?

_____

_____

_____

_____

_____

_____

_____

_____

_____

_____

KUPEANA DHIAKA

1. Mtu anapaswa

ku_____dh

iaka kama_____

angependa apokee yeye.

2. Chagua

la_____,_____

_____, na maneno yanayotumika kudhiaki ni

muhimu yachukuliwe kwa uangalifu na maakini.

3. Kiongozi mwenye hekima

ata_____yanayowezekana

_____kwa wao aliokumbana

nao kwa hali ya dhiaka.

WAZO LA MWISHO

1.Kiongozi anapaswa kukumbushwa kuwa

haiwezekani kuwa

_____

_____

watu wote kwa wakati wote

_____

_____

2. Wakati dhiaka inakuja

a)_____

_____kwa hayo

b)_____

_____juu yake

c)_____

_____kutoka kwao

d)_____

_____juu yake

3. Kiongozi anapaswa

ku_____

_____kile ana_____

ni haki na

achukue_____

_____anaona

ni_____

kuwa ndio bora.

MLANGO WA 5

SEMA NINI?

(Wasiliana kimaakini na ufasaha)

Mwandishi aliandika tunapaswa kuishi zaidi ya uzuni kwenye kongamano kule laeview Boluling Green, KY.

Sema nini?

Ninakumbuka nikisema kuhusu dada mmoja mzee wa kimtindo, aliyekua akipanga sherehe kule Florida. Alikua amejitolea na mwenye ufasaha wa lugha. Aliwaandikia wahusika wa uwanja wa kampi akiwauliza wampe nafasi. Alitaka kuakikisha kua maeneo yale yana vyoo vya kutosha pamoja hakujua kwa ufasaha kuuliza kuhusu pavu za kuogea, hangeliweza kuandika neno mahali pa vyoo, kama choo kwenye pavu pekee, baada ya mengi mawazo, kisha alipata wazo la kile kimtindo choo za shimo.

Na alipoandika chini alidharau kuwa alikua na mtazamo bora wa mbele. Alianza tena, aliharibu maandishi hayo na kuelekeza kwa vyoo vya kisasa, kwa sababu alijua kama vile K.K vinapatikana kwenye uwanja wa mikutano ya kambi basi hivyo ndivyo alivyo andika.

Basi mwenyeji wa kambi hakua na ufahamu sana kuhusu vyoo vya zamani hasa, na alipopokea barua pepe, hangeliweza kutambua huyu dada anaongea kuhusu. Lakini jambo hilo K.K lilimsumbua baada ya kuliwazia kwa muda wa masiku, aliwaonyesha wakaaji wa hapo ile barua pepe aliyokua ameipokea. Na hata wao hawakuwazia kuwa wamaanisha nini.

Basi wahusika wa uwanja wakaingia kwa makubaliano kuwa dada huyo alihitaji maeneo ya kanisa la ki Baptisti kulingana na kuelewa kwao. Kwa hivyo aliandika barua pepe nyingine kwa mseo huu.

Mpendwa dada. Ninasikitika kwa kuchelewa kujibu barua yako, kwa hivyo nina furahi kukujulisha kua ile K.K imejengwa maili mbali kiasi cha haja upande wa kasikazinimwa uwanja wa kambi, na kina uwezo wa watu 250 wakikaa chini kwa wakati mmoja. Nina kubali kua chakula kinapatikana pale pia, watu wanafika mapema na wanatoka wakiwa wamechelewa. Mara ya mwisho tulienda na mke wangu ilikua ni miaka sita iliyopita na wakati huo kulikua kumejaa watu. Tulipaswa kusimama muda wote tulipokua pale.

Ni muhimu wewe utambue hayo sasa hivi, kuna harambee inayoandaliwa wakati wa jioni ili kuchangia viti zaidi wanapanga kuweka changizo katikati ya B.C(K.K) ndiposa kila mmoja

ataweza kupata nafasi, inanigarimu sana muda
kwenda kila wakati, kunizuia nisiweze kwenda kila
wakati hata hivyo aina

mtazamo zaidi kwa upande wangu. Tunapoendelea
kuzeeka tunapaswa kufanya

bidii, has asana katika majira ya baridi……..ikiwa
utaamua kuja kwa kambi basi tutakwenda nawe
hasa siku ya kwanza tukiwa na mke wangupamoja
na mume wako na mimi pia…ili tukae na wewe na
niwajulishe wengine wale wote kuwa kuna jumuiya
yetu, ni ya kirafiki na ukarimu nawe utafurahia
tukienda pamoja nawe.

Mawasiliano mazuri ni kigezo tu
kinachoweza kumpatanisha na wale
anaowaongoza, kama vile kuna mfano pale juu,
mawasiliano mabaya uleta matokeo katika wingi
wa kupotoza au mambo ya kupoteza.

Njia moja ya kudumisha mawasiliano mazuri
ni kujenga uhusiano na wale unaowaongoza kila
wakati. Jambo hilo litamfanya asababishe wale
anaowaongoza kwa njia ya kuwa na mpango ni
kuwapasha habari viongozi kuhusiana na kile
kinaendelea. Na pia inapeana nafasi kwa kiongozi

kusikia jambo kuhusu ufanisi wake, mtazamo na mambo yanayo muhusu. Wakati mwingine kuondoa mambo moyoni ni ya faida sana jambo hili umusaidia kiongozi adhihirishe hisia zake pongeza na mtazamo na mawasiliano kuhusu siku za usoni kwa wale anaowaongoza.

Mambo yanayohusu kukutana yatategemea vitu viliopo mkononi. Wakati mwingine wanapaswa kua wafu kwa kweli na wakati mwingine wanapaswa kua nuru na yakawaida (kuandaa ni muhimu). Usoipuhuze au kufuta mpangilio wako wakukutana na yule mtu mmepanga kukutana naye kwa sababu hauna jambo la kunena naye. Hatakama pengine ana jambo la dharau, au kutumia muda mchache kwa maongeo ya kawaida ni muhimu kwa kujenga uhusiano katika utenda kazi.

Mikutano kama hiyo inapaswa ifanyiwe kwa ofisi ya viongozi. Mahali hapo ni kuonyesha umuhimu na viwango vya mamlaka na kusaidia kiongozi aelekeze mkutano.

Mlango wa ofiisi unapaswa uwe umefungwa, unapokutana na mtu aliye kinyume chako na wewe ni mume na ni mke mnakutana kwenye afisi basi milango inapaswa iwe imefunguliwa yaani kuwa wazi ikiwa mambo muhimu yatazungumziwa basi mtu wa tatu itabidi aweko ndani ya mkutana huo.

Ushauri zaidi kwa viongozi kuhusiana na mlango kuwa wazi ni, usiwe ukiacha afisi ikiwa imefungua wakati wote ule uko ndani hii uhashirio kwa wale unaofanya kazi naye kuwa unataka kufanya kazi peke yako. Ni dhihirisho kua wewe sio wa kufikiwa. Wale unaongoza watakua na kusita kupisha mlango kwa wazo kua pengine watakusumbua ili hali wewe utala kusumbuliwa. Watajihisi kua kile unafanya ni cha umuhimu mwingi sana kuliko kile wanawazia kukuambia. Mtindo wa kufunga mlango utadhihirisha kua ni ukuta ya kiongozi na wale unaowaongoza. Funga mlango wa afisi kwa mambo ya dharura,

Muda wa kujifunga kwa simu za pharagha, wakati kikomo kina karibu cha ilani, nakadharika na wakuiweka wazi na kufahamika. Unapo wacha mlango wazi itasaidia wale itasaidia wale unaowaongoza kuingia na kusalimu. Wanaweza tu kuingia kati na kupata umuhimu na kuuchagua. Wanaweza kuwa na jambo la dharau lakini watafurahi kuwa uliwasikiliza na kuongea na wao.

Faida kuu kwa kiongozi ni kua na mawasiliano na wale anao waongoza. Kiongozi angalipenda wale anaowaongoza kuwa wanafikiwa. Kuweka milango wazi kuna heshima hivi. Unapoweka milango wazi itamaliza vizuizi na kusaidia kufungua milango ya mawasiliano.

Wakati wote ule wale waajiriwa uwambie ungelipenda kuingia kwenye afisi, au kukutana katika maeneo hitaji. Leta vinywaji ama jupa ya maji wasababishe wajihisi kuwa wanastarehe. Jambo hili hufanya baadhi ya mambo, ni ishara ya kuwafanya kujua kuwa wewe unatambaa kazi unayoifanya na nikwa nini wanafanya hivyo inaashiria kuwa kile wanachofanya ni cha umuhimu sana. Wanapochukua muda wa kukaa kwenye ofisi, duka NK. Itawasababisha wajione wa muhimu machoni pa kiongozi. Tendo hilo moja litaweka tofali moja katika kujenga uhusiano na mtindo mwema.

Mikutano hii inapaswa iwe na muda uliowekwa viwango. Muda na wakati wa mkutano inapaswa kuwekwa kuhusu muda wa kukutana kwa mkutano unaofuatia utiliwe mkazo kabla hujafika mwisho.

Kuna aina tofauti tunazopaswa kutumia katika mawasiliano na wale unaowaongoza. Jinsi tunavyo tumia matukio hayo ni ya muhimu nitayataja tu manne.

• Kuonana ana kwa ana ni chaguo nzuri. Kiongozi anapaswa kuchagua maneno yake kwa uangalifu. Lililo la umuhimu sana ni kujua jinsi ilivyo umuhimu vile ujumbe unapokelewa. Mkiongea katika hali ile ya mazungumzo ana kwa ana uleta nafasi hiyo. Mwili una hali yake ya kuketi, kuishi, kutokuwa na utulivu, mtazamo wa macho kuonana, NK. Jambo hilo linadhihirisha kwa kiongozi jinsi vile wafanyikazi wanapokea ujumbe na wale wa kibarua pia. Kiongozi ataweza kuitikia kuhusiana na kile alijifunza kutokana na maongeo ya mwili.

Watenda kazi pamoja na wafanyikazi pia watapenda kumuangalia kiongozi kwenye macho. Pia wao wataona kiongozi vile anavyojihizi kuhusiana na mambo ya siku hiyo. Wote wataweza kuelewana kuhusiana na mtazamo wao wa mawasiliano, kihisia.

- **NJIA NYINGINE YA PILI** ya
mawasiliano katika karne ya 21 barua pepe. Ni hali
ya kisasa ni jambo la haraka katika ulimwengu wa
kitechnologia ambao ulikua wa kuandika barua.
Barua pepe inaweza kua ya umuhimu sana kwa
kiongozi.

Ni wakati gani unaofaa kiongozi kutumia
barua pepe kwa wale anaowaongoza? Barua pepe
ni chombo kizuri lakini akiwezi kutumika sana
kuliko mawasiliano ya ana kwa ana na watu.
Waajiriwa wengi na wafanyi kazi upokea barua
pepe kwa simu zao na tarakirishi zao, barua pepe
ni chombo kizuri cha kuakilisha ujumbe wa ki
jumla, kwa habari au matangazo. Wengine
wanaisoma barua pepe ya kiongozi na kujibu kwa
haraka barua pepe haipaswi kutumiwa kwa
kuwasiliana kinyume au dhiaka na kukosana au
mambo mapotovu.

Barua pepe inapaswa iandikwe kwa uangalifu
ukitumia maneno yaliyochaguliwa kwa umaakini.
Elewa kwamba watu usoma na kutafsiri kile kilicho
andikwa tofauti wakati mwingine. Kiongozi mwenye
hekima atajitahidi kujiweka katika nafasi ile ya
msomaji. Soma kwanza kana kwamba wewe ndiwe
aliyeandikwa kuliko mwandishi. Unapaswa kuelewa

kua barua pepe ni chombo cha kudumisha habari unaweza kuisoma na kuiweka nakisha utarudia tena kuisoma. Mwandiko pamoja ngeli zake ni yamuhimu sana, ukikosa kuelezea vizuri kwa kuelewa sentensi na ngeli kwa njia isiyofaa na kushindwa kueleza vizuri maneno hitaji, ukitumia ngeli yoyote ile, NK, itasababisha ujumbe ulio nao usieleweke na kwanzia hiyo utakosa umuhimu uliohitajika.

YA TATU iliyo njia ya mawasiliano ni simu. Iwe ni simu ya ofisi ama simu tamba ni chombo kizuri kwa kiongozi kwa mawasiliano. Ni wakati upi kiongozi anapaswa kutumia simu, wakati ujumbe unahitajika, kujibu swali fupi ama maahamuzi ya dharura yanayohitajika

Simu inaweza pia kushughulika wakati mambo sio mabaya (a) sana na hayahitaji hali ya kuonana uso kwa uso ama kuandika na kutuma barua pepe. Ni muhimu sana simu isiwe ikitumika kwa mambo ya kukosanisha ama mambo mengine yatakayohitaji mjadala mrefu. Ikiwa mwajiri Yule anaye mwita kiongozi amekasirika , kiongozi atawajibika akutane na wao uso kwa uso kwa muda watakao kubaliana na mahali, ni vizuri sana kushiriki mambo muhimu ana kwa ana mkiwa pamoja.

NJIA YA NNE ya mawasiliano kwa kiongozi ni kuandika ujumbe mafupi ilichukua muda ilinifikie jambo hili, lakini ina umuhimu, hasa sana wakati kiongozi yuko mbali na afisi. Ujumbe mfupi ukomboa muda, ujumbe mfupi ni muhimu na unakomboa mudu kuliko kupiga simu kwa wakati kama huu ujumbe ni muhimu iwe fupi naya kueleweka.

Kuna jambo lingine la muhimu kuhusu mawasiliano. Wakati mwingine unaweza kujua zaidi ya vile unaweza kuwasiliana na wengine. Unaweza kupata malalamiko kuhusu mhajiriwa ambaye wakati mwingi si rahisi ashiriki na mwajiriwa au waklbarua. Kuna maneno mengi hatuwezi kusema. Ukirudia hayo mambo unaweza kumfunja moyo muajiriwa na bali mwishowe hakuna faida. Kuna baadhi ya mambo tuweke kando, na tena unaposhiriki habari na wengine, ni muhimu kuchua ni habari kiasi gani nimepata na ninaweza kusema yapi zaidi.

Ujumbe usioeleweka na nimchache unaweza

kukusanya shuku na mengi uleta maswali. Unaweza kupitia dhiaka na pia kutokueleweka vyema lakini huwezi siku zote kufunua kila kitu unachofahamu. Hili ni la kweli kuhusiana na mpangilio wa adhara. Wakati mwingine unaweza kutaka kufunua yasiyojulikana ili yakuletee na kukujulisha kama kiongozi katika uwazi na nuru, kuubeba mzigo ni mojawapo wa kiongozi bora.

Mawasiliano ni kama puipui nyavu zake , inapaswa kutiririka kutoka pande zote na hata katikati ya shirika. Kiongozi anapaswa kufafanua mambo kwa mwenendo wake kwa njia ya mfano wa mwenendo.

MWONGOZO WA KUJIFUNZA

1. Mawasiliano bora

ni_____ya

kuunganisha viongozi na wale unaowaongoza.

2. Mawasiliano mabaya yanaweza kuwa na matokeo

katika_____a

u

vitu_____

_____

3. Ni njia Ipi iliyo bora ya kudumisha mawasiliano

bora?_____

_____

_____

_____

4.   Ni mambo yapi kimsingi yanaweza kuwa faida kwa njia hii

a) Itatoa nafasi kwa wengine kuweka viongozi_____

_____

b) Kiongozi anaweza kusi_____,_____

_____na

_____

_____kwa wale anawaongoza.

c) Inampa kiongozi nafasi ya kudhihirisha_____

_____

_____

__na_____kwa ajili ya siku

ya baadaye kwa wale anayeongoza.

d)Wakati mwingine kupata_____nje ya_____

inatosha kwa mazingira mengine.

5. _____

_____ Ushauri uwe ni mpangilio wa wakati wote kwa mkutano mmoja kwa maana hakuna vitu vya kuzungumzia.

6. Mikutano ya kila wakati katika mpangilio ni muhimu

ifanywe_____

7. Maeneo haya yanakusudia

ku_____

_____msimamo wa mamlaka

8. Ofisi_____ina

paswa ku_____wakati

wa mkutano huu.

9. Unapokutana na mtu asiye mume au mke

ofisi

inapaswa_____

_____

hasa

kama_____ni

ya muhimu

sana_____

77

10. Kwa nini milango ya afisi inapaswa kuwa imefungwa nyakati zote?

_____

_____

_____

_____

_____

_____

_____

11. Ni wakati upi milango ya afisi inapaswa kuwa imefungwa?

_____

_____

_____

_____

_____

_____

_____

12. Wakati mwingi ukutana na waajiri au viparua mahali

_____pa_____

___

13.   Kwa nini jambo hili ni la umuhimu?

_____

_____

_____

_____

_____

_____

14.   Ni njia zipi tunazo paswa kutumia

kuwasiliana?

a)_____

_____ni mahamuzi bora

b)_____

_____ni gari la pili

c)Gari la tatu

ni_____

_____

d)_____

____ni gari la nne la mawasiliano tunapaswa

kutumia.

MAWAZO YA MWISHO

1. Wakati mwingine viongozi
watajua_____

_____kuliko ipasavyo

_____kwa
wengine.

2. Vitu vingine vimeachwa vikiwa
bora_____

kuzirudia inaweza

_____muajiriwa
au viparua wakati hakuna faida

3. Ujumbe_____
____unaweza
kukusanya_____na

_____

habari kama hiyo inaweza kuleta maswali zaidi .

4. Kiongozi anaweza kukosa kueleweka lakini
ana_____ kufunua
kila kitu anachofahamu.

5. Kiongozi anafafanua

_____ya

_____kwa mfano

anao utoa.

MLANGO WA 6

Kushikwa ugenini na SAJENTI MEJA kugawa kwa wengine

Waandishi wa siku ya 2 katika Jeshi la U.S.A Kutembelewa kwa Sajenti Meya.

Siku kabla ya sherehe ya siku ya kuzaliwa ya 20 nilipokea barua kutoka kwa raisi wa Marikani barua fupi na yenye lengo. Siwezi kuyakumbuka maneno hasa, lakini ilikwa na shida ukiifahamu.

Barua ilisema jambo la muhimu: Salama kwa Raisi wa Marikani. Jambo hili ni kukujulisha kua umechaguliwa katika jeshi la Marikani. Unahitajika kwa haraka ufike kwa ofisi hapa Anderson, NDANI, kusafiri kwa basi kuelekea jeshi la marikani kule polisi ya Indiana mwezi wa tisa tarehe 20.

Kwanza endelea mwaka mmoja. Nilikua nimefanyika askari kamili na kujaliwa katika kitengo cha kuelekeza kuamuru kule fot Leonard wood, Missouri. Mpangilio ulifanyika karibu na afisi kwenye makao makuu. Nilitunukiwa kuchaguliwa na COmanda niwe mmoja wa wakufunzi na masomo hayo.

Asubuhi moja tulipokea neno kuu (Inspector General wa Jeshi) watakua wakiangalia vitu vyote vya kampi. Bwana wangu alikua amekwisha nipa kazi ya kuakikisha kila kitu ni kisafi,na mpangilio tayari kwa uangalizi, aliniuliza niende mlango unaofuata nimwone Sajenti meja.(Sajenti wa kitengo cha juu katika fort Leonard wood) na kuuliza maelezo ya kazi.

Nilitetemeka sana kwa sajenti wa kuelekeza. Nilipokea mara tatu ya cheo kuliko sajenti ambaye amekaa muda mrefu kuniliko. Niliamua kuwa nitaweka masaa zaidi ili uchunguzi unapofanywa nina kuwa tayari kabisa.

Bwana wangu alipoingia alinikuta nikipanguza sakafu nikiwa katika maandalizi kwa ajili ya uchunguzi. Aliniuliza maelezo ya kazi itafika. Nilitaja kua sikuwa ninahitaji moja (sajenti mkuu alikuwa na mtindo wa kunywa kiamsha kinywa nami nikawekwa kuwa kwa orodha. Alitembea akinipita kuelekea kwenye afisi. Na kishi alifanya jambo ambalo hajawahi kunifanyia. Yeye kila wakati uniita kwa jina langu la kwanza lakini nilisikia, mtaalamu, mbele na katikati, nikaingia kwa afisi yake.Akashika mtazamo wangu, hakuniuliza kwa nini sikuweka maelezo ya kazi kutoka makao makuu. Nilijaribu kuendelea mbele lakini sikuwa nayo. Aliniuliza niingie kwa mlango unayofuata ili niweze kuchochea kwa kusema, hii ni

Amri. Nilishindwa na kufuatana na maelezo ya kiamri matokeo ya kushindwa ni kushtakiwa. Akaamuru, katika hali ya mtazamo wa mbele katika mtembeo. Alinitoa nje ya afisi na nje ya varanda ya mbele. Bahati yangu hakunifuata nje ya mlango.

Niliingia kwa mlango uliofuata na kuongea na sajenti. Alikubali ombi langu na maelezo ya kazi yakakamilika na kurejeshwa baada ya lisali moja. Tulimaliza kazi kwa muda mfupi, ingelichukua muda mrefu kama kwa kweli ningelifanya peke yangu.

Somo kuu niliojifunza siku hiyo ni kuwa ikiwa unatazamiwa kuongoza unapaswa kupeana majukumu. Ni muhimu upeane majukumu na uaje wengine wakusaidie, sababu kiongozi uajiri watu na kuwaandaa ili ikamilishwe, na wakati mwingi ufanyika vyema. Kiongozi anaweza kuwa mzuri kwa vitu vingine lakini hawezi vitu vingi yeye mwenyewe na kusifanye vyema.

Bwana wangu alinipa jukumu la kuandaa chombo cha umuhimu uchunguzi ambao hatungeupitia.

Aliweka umuhimuwake chini. Alitarajia mimi nifanya na nifanye vizuri, naye akutazamia mimi nifanye sehemu yote ya kazi pekee yangu. Aliniaminia kutengeneza mpangilio, na kwa kazi niuweke mpango huo kwa wengine, kupeana majukumu kwa wengine, na kuwaelekeza katika ukaguzi wa I.C-, na maandalizi yake.

Hatua ya kwanza ya kugawa majukumu ni ipi? Kwa kweli, hatua ya kwanza ni kuchagua kwa uangalifu wale watenda kazi kiongozi atachagua wanao mzunguka. Viongozi watapaswa kutafuta watu ambao ni bora kuwaliko katika maeneo wanayosimamia.

Viongozi werevu ugawa vipawa, watu walio na uwezo wakiwa na mstari wa mbele katika hitimu – uaminifu. Nilitaka watu ambao ni waaminifu kwangu na kwa ushirika wanaotumikia. Nilitaka kuwajulisha waelewe kua kutokuwa waaminifu ni ishara ya uharibifu. Itakuwa ni muhimu kuhusiana na wale unawapa majukumu na jina nzuri ambalo shirika lingelichukua miaka mingi kupata jina hilo.

Hatua ya pili ni kufafanua upana kutekeleza mipangilio ya kazi na jukumu yake, majukumu, kushirikiana, nk. Itatumika kama chombo cha kusaidia kukamilisha kila cheo kitatazamiwa mtazamo mkuu kwa kila cheo. Ni vizuri pia kuelewa jinsi gani uwezo na jukumu litapeanwa kwa kila cheo na kitaadhiri vipi vyeo vingine na viwango, ni muhimu kuelezewa kuhusiana na vyeo vilivyowekwa.

Hatua ya tatu ni kuwaachilia wale uliowapa kazi wafanye kazi zao ya uongozi. Unaweza kufanya mambo machache kwa watu na pia mazuri kwa mtu.

Katika maeneo ya majukumu kuliko anavyoweza, lakini unapaswa kuwaruhusu kufanya kazi. Ni jambo rahisi tu hivyo ikiwa wewe kila wakati unaingilia na kufanya kazi wanapaswa kufanya basi kwako hawana umuhimu sana.

Kugawa majukumu ni kugawa sio kuegemea juu yake ikiwa utawaelekeza watu kazi ambayo unataka kufanya kila kitu, basi ni ishara kuwa unawapuhuza wale wanaofanya kazi chini yako. Wanajihizi kuwa hawaamini wewe kuhusiana na kazi uliowapa, kwa hali hiyo ujuzi wao wa ufumbuzi na hali yao ya ujuzi itapangua. Wanapaswa kutambua kuwa wao ni mtazamo wa kukuelekeza wewe unapokuwa na hitaji, lakini isiwe kuwa unawafuata nyuma.

Hatua ya nne ya kupeana majukumu ni kutarajia matokeo. Unapowaamini watu jukumu, uwapongeze, wawaache waendeleze jina nzuri la shirika, basi utakua na haki ya kukamilisha tume uliowapea.

Rafiki wangu Bwana.Pat Mdaughlin aliye raisi na C.E.O wa kikundi cha Timothy alisema mara moja. Usipuhuze kuwa itafanyika kwa sababu jambo hilo sio ndilo Mnatarajia ni kile unachotarajia kuchunguza inayotoa maamuzi na matokeo mazuri. Ikiwa kazi imepeanwa ni lazima pia ichunguzwe. Ni muhimu kujua kuwa wale anao waongoza wajue kuwa kuna wakati na majira ya kujunguza itafika. Ni hekima kufafanua muda na wakati wa kukamilisha na kujukumika kuhusiana na tarehe ya kuripoti. Kila mmoja aliye usika anapaswa kufahamu kile kinachohitajika kufanywa, ni nani atakayefanya hayo.Inatazamiwa kukamilika lini, na matokeo ya mwisho yataangaliwa na kuchunguzwa.

Hatua nyingine ni kusifu na kutambua kile wamefanya. Ukamilifu wakufanikiwa kwa kumalizia kazi. Ninaweza kusikia mtu mmoja akisema, ikiwa ni kazi yao, basi ni muhimu wafanye hivyo. Hilo linakubalika, inamugharimu kiongozi machache kusababisha watu wajue anawapongeza pamoja na kazi zao. Inaweza kusababisha mgawanyiko mkubwa sana kuhusiana na maendeleo ya siku zijazo.

Hata hivyo ....tulipita IE. na uchunguzi wake kwa kiwango cha juu. Nilimaliza jukumu langu kazi na kwa heshima iliyopeanwa kwa mwanajeshi wa marikani. Nimeshikamanisha na barua ya pongezi nilipokea kutoka kwa Bwana wangu, barua ya kuondoka. Tafadhali itazamie maoni machache kuhusu vitu.

DEPARTMENT OF THE ARMY
Headquarters Command
Office of the Headquarters Commandant
US Army Training Center Engineer and Fort Leonard Wood
Fort Leonard Wood, Missouri 65473

ATZT-HC

SUBJECT: Letter of Appreciation

21 June 1974

Specialist Fourth Class Roy W. Harris
Office of the Chaplain
Headquarters Command
Fort Leonard Wood, Missouri 65473

1. Upon your departure from active duty in the US Army, it is my pleasure to commend you for your outstanding service. Your position demanded a great deal of personal responsibility, attention to detail, integrity, and confidentiality. You fulfilled your responsibilities and duties in an outstanding manner with a minimum of supervision. You demonstrated a rare combination of qualities for a young man in your position: initiative, creativity, maturity, and leadership.

2. Your title, Chaplain's Assistant, does not communicate the level of responsibility you have fulfilled. You served admirably in your primary task of meeting clients, arranging and coordinating a wide variety of group and individual pastoral counseling, professional training activities, and lay workshops. Having met hundreds of persons with a wide variety of motivations for using our services, I have never received any complaint concerning you or the way you conducted yourself in handling sensitive matters. Contrarily, I have received numerous compliments concerning your work.

3. You also performed your secondary task admirably. Responsible for maintaining the building housing our Center, you showed exemplary initiative and willingness to exert personal effort. Your ability to recruit, organize, and lead work crews guaranteed a professional appearance for the facility. I am particularly pleased that you were able to do this without my direct supervision.

4. It is with pleasure and regret that I say congratulations on a job well done. You will be missed. I am certain, however, that your future commitments will continue to demonstrate your extraordinary sense of responsibility, initiative, creativity, and leadership. I am sure that you will be successful in whatever you undertake.

Major, Chaplain
HQ Command Chaplain

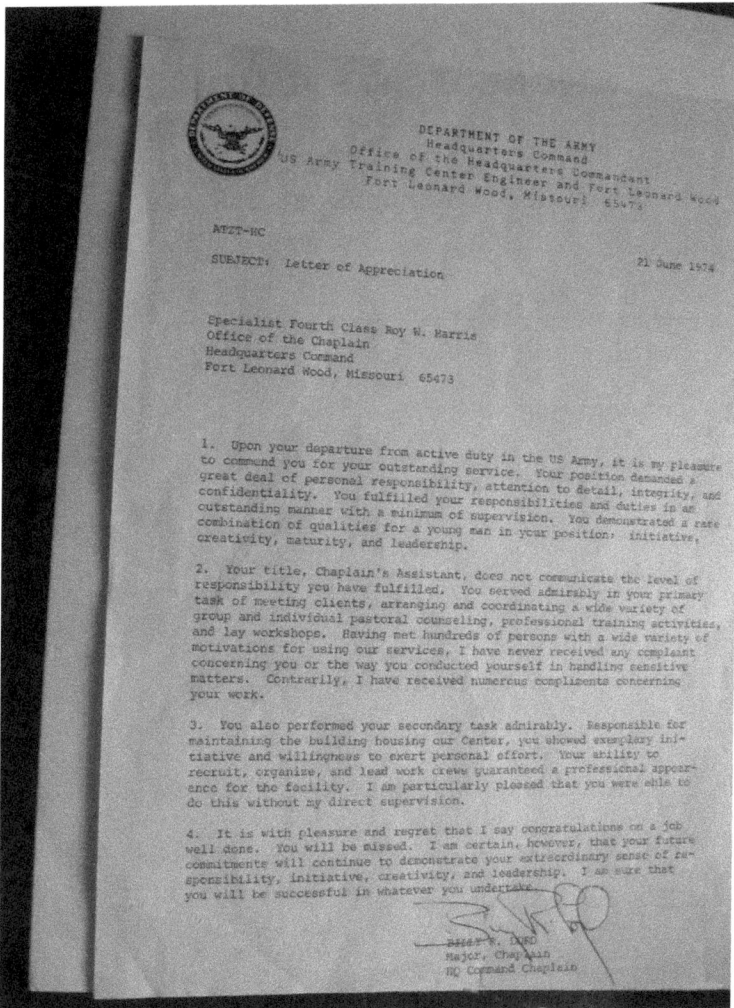

Nakala ya barua ya pongezi mwandishi alipokea alipokua akiondoka kwenye jeshi la marikani.

MWONGOZO WA KUJIFUNZA

1.   Ikiwa kiongozi anapaswa kuongoza ni lazima ajifunze

_____

2.   Viongozi

ukomboa_____

na

kuwafanya_____

___

ili mengi yanaweza kutimilika.

3.   Ni hatua ipi iliyobora kwa kupeana

majukumu?_____

_____

4.   Viongozi wanapaswa kuwaajiri watu walio na hatimu unayopaswa kuiona ndani ya watu

unaowaongoza_____

_____

_____

5.   Ni hitimu zipi muhimu unazopaswa kuangalia kwa wale unaowaongoza?

92

_____

_____

_____

6. Ni muhimu kutambua kwanza mwajiriwa na viparua kukumbuka kwamba kugawa majukumu ni kuaminia

kiongozi_____

_____na shirika

_____

_____mikononi mwao wanapaswa kufanya kihalali.

7. Hatua ya pili ya kugawa majukumu ni_____

_____

8. Hatua ya tatu ya kugawa majukumu ni kuwafanya watendakazi

ku_____

9. Viongozi wanapaswa kukumbuka kwamba kugawa ni

_____

na

sio_____

_____

10.   Kushindwa kufanya hii itatoa matokeo

ya_____

_____

kutojukumika na

_____

_____kushushika moyo.

11.   Kiongozi anapaswa

kuu_____

_____kwa kuunga mkono

na sio

_____na

kuwavuta nyuma wafanyakazi wake.

12.   _____

_____/_____

_____na

ni aina ya nne kwa kupeana majukumu.

13.   Sio sana kile

una_____

__lakini kile

una_____

itakayoleta matokeo.

14.   Kazi iliyopeanwa katika ugawaji ni lazima

iwe_____

_____

15.   Viongozi wanapaswa kufafanua muda

uliowekwa wa

kazi_____

na miezi itakayotimiza.

16.   Kila aliyehusika anapaswa kuelewa

a)_____

_____inapaswa kufanyika

b)_____

_____ataenda kufanya hivyo

c)_____

_____inapaswa kukamilishwa

d)_____

_____matokeo ya mwisho ni lazima

ya chunguzwe.

17.   _____

__na_____k

wa ukamilifu ulifanikiwa kikamilifu kuhusiana na

hatua za mwisho.

18. Ina_____

_____kiongozi

_____/_____

_____

kuwezesha watu kuwa anatambua na kupongeza

kazi yao.

19.   Inawezekana matokeo

makubwa_____

_____siku za usoni

_____

MLANGO WA 7

MTAZAMO WA KIMSINGI/NIDHAMU

(REKEBISHA, ELEKEZA NA KUTIA NIDHAMU WENGINE)

Mtazamo wa kimsingi /kinyume

Uongozi unahitaji kukabiliana na wale wanaoshindwa kukutana na matarajio. Kushambulia sio rahisi lakini unaposhindwa kushugulikia shida, matokeo ya makosa na kubuhusa uhadhiri wa shirika. Kukabilia na mambo yanayo shikamana na kushindwa kuhusiana na matarajio kwenye mkutano inaweza kuwa moja wapo ya mambo mazito ambayo kiongozi anapaswa kukumbana nayo.

Nilikuwa kwenye mkutano wakati mkubwa alianza kutaja vitu ambavyo kwa maoni yake mtu fulani amefanya makosa.

Nilitazama kwa kifupi kuelekea aliyekosa na kuona matokeo ya mwisho na pia iwe ni kikundi cha wengine kwenye chumba kwa kuamisha macho yangu na kumuelekea aliyeshtumiwa. Muhusika na mtu anayepokea adhabu amepadilika kutoka kwa mtazamo wa furaha hadi kukunjamana, kuhuzunika, kushushika ambalo ni jambo la pili. Niliona damu ikimtoka kwa uso wake Bwana mkubwa alimalisana na makosa kwa alama ya A, lakini ninataka utambue kuwa ninakupongeza,

katika hali hii pongezi haikuwa na uweza tena
kwa sababu umepingwa na mtazamo wa kwanza
kwa kushushika iliyo kuwa imejaa kwenye chumba.
Jambo hilo la kushambulia linapaswa kuwa kwenye
afisi. Baadhi wetu hatungelipaswa kujua mambo
hayo, kwa maoni yangu pana mtazamo uliobora.

Wacha kukabiliana na mambo yaliyo
kinyume kwa barua pepe, ujumbe mfupi na simu.
Jambo lolote ambalo linaonekana kuwa linaweza
kukosa kueleweka ikiwa imetumwa kwa
kuchapishwa. Kiongozi ni muhimu amsome mtu
anayehusika naye ikiwa mambo yatahitaji
kukabiliana ana kwa ana.

Ni muhimu kuona lugha ya mwili wa mtu
anayepokea hisia sinazo dhihirika, mikono
iliyofungika na miguu pia, akizungusha miguu
kwenye kiti, na kukosa kukutazama kwa macho
(n.k). Nidhihirisho kwa mtu yule alivyo na kufikilia,
na kiongozi na maongeo yake yanaweza
kudhihirisha hali ya ndani ya kiongozi.

Mahali pazuri pakushugulikia mambo hayo
ni afisini na sio adharani kwa umati, lazima iwe ya
pharagha na siri. Mtu yule atakaa tayari kupokea

mashauri na marekebisho na dhiaka ya namna yoyote ile kwenye afisi mwakiongozi wao ni kufuata hiyo badala kushushwa mbele ya wengine.

Meza ya afisi ni ya muhimu sana. Ni ishara ya msimamo wa kiongozi na mamlaka, kuketi nyuma ya meza unapoongea au kurekebisha, itachochea majukumu na kumkumbusha mtu yuel anayesikia kua mwisho wa kutokumanika kwake na kutegemewa.

Sio kile kilichosemwa, lakini jinsi ilivyosemwa inaweza kufanya utofauti mkubwa. Mtazamo mzuri ni kwanza kuonyesha shukrani kwa mchango wako kuelekea shirika unapaswa kufanya hili kabla uingie kwa mambo yaliyo kinyume kuhusu maongeo katika msimamo dhabiti. Taja vitu kadhaa ambavyo mtu yule amefanya vizuri wafanye wajihisi bora kwa kufanya hivyo kwanza kurahisisha mashambulio kuhusu marekebisho itakayofuata baadaye.

Baada ya kumpongeza mpendwa na kumfanya afahamu kuwa kazi aliyoifanya inatambuliwa, sisi jinsi gani utayaleta mambo haya yaliyo kinyume? Kuna njia iliyo nyepesi kushugulikia jambo hilo na

kuleta jambo ambalo unapaswa kuzungumzia,
kumuita mtu kwa jina na kusema jambo kama, Bill
kuna jambo ningependa kuzungumzia kwa pamoja,
kisha endelea ushiriki jambo hilo sasa.

Ni hekima kuweka jambo hilo katika wazo
kabla ya mikutano. Pengine uguzie kwa sababu
unaweza kuchukua hatua ya majadiliano kwa
mahamuzi. Elezea shida hiyo kwa njia ya ufasaha,
baada ya kuangalia shida hiyo mruhusu aelezee
kwa njia ya swali lake, hisia, na upande wa
hadithi.Ni ya muhimu sana kuandika na kusoma
matatizo.

Wakati mwingi nawauliza, unadhania
tutafanya nini sasa? Wakati mwingi watatoa wazo
ambalo nimekwisha kufanya mahamuzi kujihusu
kuwa litafanyika wakisema hawafahamu, wakati
wote mimi husema: nafikiri hii ndilo ninaliona la
muhimu kwetu kulifanya. Ninajaribu kulifanya llwe
lepesi na kueleweka au ikiwa wana swali lolote ile.

Baada ya kushugulikia mambo yaliyo kua
yanaonekana na kinyume. Jinsi gani utamaliza
mkutano? Nitaomba muinuke kutoka kwa viti
vyenu kisha mje mbele ya meza. Siku zote upenda

kuwasalimia kwa kusalimiana kwa mkono na ninamaliza mkutano nikiwatazama macho nakumsababisha aelewe kuwa jinsi ilivyo muhimu kazi yake kwa kanisa au shirika.

Baada ya kushughulikia mambo yaliyo kinyume, kudumisha umuhimu wa watu italeta siku zote mtazamo mzuri kwa vinywa vyao na pia mawazoni mwao. Kwa hakika jambo hili litaenda umbali nayenye bidii kuliko kukozoa na kushambulia jambo mara moja. Msindikishe mtu hadi kwa mlango kisha muache na usifunge mlango ikiwa hajaenda umbali wa kupotelea, kufunga mlango kwa haraka kutakua kunahashiria kuwa wewe umefurahi na ulitamani sana akuondokee. Katika hali ya kuongoja ni ishara kuwa yeye na muda wake ni wa muhimu.

Tumekwisha kutazama na kujua jinsi ya kukabiliana na mambo yaliyo kinyume nayakimsingi. Ni wakati upi unapaswa kukabiliana na mambo yaliyo kinyume? Kuwa na wakati ndio milango iliyosalia inatuelekeza kujua wakati unaofaa. Nataka nizungumzie wakati uliombaya wakati mwingine watu uingia kwa afisi na kuleta jambo, ikiwa jambo sio la dharula ni muhimu kungojea kuliko kukabiliana na jambo hilo kwa haraka ila kuhairisha hadi siku inayofuata.

Kila mmoja ni muhimu atambue kuwa kuongoza ni aina ya kujenga. Kujenga uhusiano dhabiti na wale unao waongoza ni njia moja ya kuwachochea wengine kufuata viongozi wanapaswa kutengeza hali ambayo wale wanao waongoza wajihisi kuwa huru na kutaka kuona viongozi wao karibu nao. Mtenda kazi anaweza kuingia kwenye afisi ili tu atiwe moyo au kuleta matukio kuhusiana na kazi ili tu apate mashauri katika maeneo yake ya kazi. Kumgonga kwa ghafula tu amefanya vizuri kuja inawezekana kukosa unapomwambia oh nina jambo na wewe ambalo ninapenda tuongee kulihusu linaweza kufanyika kuwa kama bunduki ya kumzuia asiye wakati mwingine afisini kama alivyofanya na itakua kigezo cha kumzuia kuingia siku za usoni. Jambo hili litazuia uhusiano. Jambo hili linaweza kudhuru kanisa au shirika kinyume ama kimsingi kwa sababu maneno uadhiri na uenda kwa haraka, mbinu na bidii inaweza pia kupata jambo hilo na kisha upange wakati uwe na mkutano kuhusu jambo hilo.

Wacha niseme jambo lingine ambalo ni la

umuhimu sana na hekima linalokupasa ukumbuke. Utakabiliana vipi na dhiaka? Toa suluhisho wala sio matatizo.

MWONGOZO KUJIFUNZA

MTAZAMO WA KIMSINGI / KINYUME

1. Uongozi unahitaji kukabiliana na wale walioshindwa

ku_____

_____

_____.

2. Unaposhindwa

kukabili_____it

aleta matokeo_____

_____

3. Jiepushe na kushugulikia na

mambo_____

_____kupitia

_____,_____

_____au_____

_____.

4. Kila kitu kinacho onekana kwa kawaida inaweza

kua_____

ikiwa itatumwa

kwa_____

_____

5. Kwa nini ni muhimu sana kuchunguza na kuelewa lugha ya mwili wa mtu kuhusiana na mwitikio wake?

_____

_____

_____

_____

_____

_____

6. Ni mahali gani bora na bapaya sana kukabiliana na mambo yanayohitaji marekebisho

_____

_____

_____

kwa

nini?_____

_____

_____

7.   Kwa nini ni muhimu kuwa katika kikao kwenye afisi? ni muhimu?_____

_____

_____

_____

_____

_____

_____

8.   Sio

_____y

amekwishasemwa

lakini_____

inaweza kuleta utofauti mkuu sana kuhusiana na yaliyosemwa.

9.   Kiongozi anapaswa kwanza alionyeshe_____

_____

kuhusiana na changisho lililotolewa pale nyuma kwa shirika kwa nini jambo kama hili ni muhimu?

_____

_____

_____

_____

_____

_____

_____

_____

10. Baada ya kumpongeza aliyekosa kiongozi atapaswa kukabiliana vipi na jambo hilo linalohitajika kuzungumziwa?_____

_____

_____

_____

_____

_____

_____

_____

_____

11. Ni muhimu sana kwa

_____

_____chini mifano michache

_____kabl

a ya mkutano kuanza.

12. Baada ya kuangalia shida, mruhusu anayelaumiwa ashiriki hisia_____

_____na_____

_____ya_____

_____

13. Ni jambo la muhimu kujenga

_____

_____ili kuweza kurekebisha_____

_____

14. Jambo lipi lililo nzuri la kumuuliza mhusika ilikupata changisho lake na mawazo yake kuhusiana na kupata suluhisho kwa jambo hili?_____

_____

_____

_____

_____

_____

_____

15. Kiongozi anapaswa afanye nini baada ya kukabiliana na jambo na pia mwisho wa kutamatisha mkutano?_____

_____

_____

_____

_____

_____

_____

16. Kwa nini ni jambo la muhimu kutilia mkazo umuhimu baada ya kukabiliana na mambo yaliyo kinyume?_____

_____

_____

_____

_____

_____

_____

_____

17. Kw nini ni muhimu kiongozi kuwa akiacha mlango wazi hadi yule aliyekua ndani ameondoka akienda umbali kiasi kwa

jengo?_____

_____

_____

_____

_____

_____

_____

18. _____

_____inahusiano

na_____k

atika uhusiano.

19. Kujenga

_____n

i ya muhimu na ni mojawapo ya sehemu

ya_____

_____ili wengine wafuate.

20. Eleza umuhimu wa kutofanya haraka katika

hali ya kuleta neno kinyume wakati mumekutana

tu na kuamukiana kwa salamu au kutulia na

kucheua yaliyo muhimu.

MLANGO WA 8
HAKUNA MAKOSA YANGU

(PONGEZA -KUBALI LAWAMA)

Picha hii ni ya miaka 100 miti ya Doywood katika maeneo ya mwandishi kwa kanisa lake la 2.

Sio makosa yangu.

Nilijifunza mengi wakati nilipokua katika mahali pangu pa kwanza kuhusu uchungaji na sasa nilikua nimehamia na kwenda upande ule mwingine wa makaazi. Kanisa letu lilikuwa likifanya vyema, tulipiga kura ili kuangusha mti ili tupate fedha kwa ajili ya mchungaji na familia yake (mimi) ili anunue boma lake mwenyewe. Jambo hilo lilikua limekwisha kamilika, na mbele ya yadi.

Ilionekana safi naya kupendeza kwa kuondolewa kwa hayo, tuliajiri watu wakujenga ukumbi mkubwa uliompya, afisi, vyumba vya kupumzikia na vyoo pia nk. Ni mti uliokua ukipendeza ulikuwa umechomolewa na kuonekana bora. Mambo yalikuwa yanaendelea vyema na tabia ilikua juu. Kulikua na kizuizi kingine kimoja kimesimama mbele ya ile jengo.

Ilikua ni kati ya majira ya nyika na tulikuwa tukienda mambo ya usafui kwa ajili ya Jumapili inayo kuja. Niliingia kwa ofisi yangu kwa dakika chache nikiwa na vazi langu la jinis na fulana ili nikabiliane na jambo la dharula wakati kazi ingali inaendelea kule nje. Hali ya anga

112

mlimani ilikuwa ya kupendeza kulingana na chakula cha jioni hakukuwa na utofauti. Chombo cha kuleta hewa nzuri hakikuwa kimeanzishwa kuleta hewa. Nilikuwa nikifanya kazi kwenye meja nikiwa nimeelekeza mgongo wangu nje kupitia dirisha.

Kulikua na kiumbe katikati ya jengo la kanisa mbele yake, baadhi ya watu walisema jambo hili limekuwa mahali hapa hasa miaka 100 ilikua ni mti mzuri wa Doywood sana yakuonekana tangu, ilikua ikionekana kwa usawa wakati ilipokua inachanua, lakini wakati huu ilikuwa inaashiria kufanyika laana.

Nilisikia sauti kutoka upande huo mwingine wa dirisha ikiitana; mhubiri. Nilipiga meza na kulikua na mwanaume aliyetaka kunena kwa dakika. Alllalamika kuhusu tawi la mti huo ulipomgonga alipokua anafanya usafi chini yake. Ninaenda na nitarudi ili tupunguze matawi ya mti huo ilituweze kufagia vyema.

Nilikubali kuwa mti uliitaji kuchonjolewa, lakini sikujua anamawazo yapi. Kwa makosa yangu aliingia kwa afisi kama lisaa au zaidi na kusema mhubiri, nitatunza mti huo.

Sawa, kutunza ni msemo ambao ni wa utofauti kwa watu wengine. Nikasimama, nikageuka na kutazama kwenye dirisha kuelekea mti wa Doywood. Kwa mshangao wangu jamaa alikua amekwisha kuukata. Na mti ulianza kunyauka ukapoteza urembo ulio kua nao ni kama kuchomwa na sumu ya Donado.

Nilijihizi kuwa damu ilikimbia toka kwa mwili wangu, sikusema mengi kwa yule mtu, niliwaza kuhusu washirika watakapo kusanyika kesho na kuona upasuaji wa ajabu uliotendeka hapa, sikustaajabia hayo.

Maoni kama, mhubiri, ni nini ulimwenguni ulifanyia mti wetu na mti huu umekua hapa miaka mia moja na sasa umekatwa. Niliona nyuso nyekundu, mishiba ilikua imechomoza kwenye mishipa, mama mmoja mzee (na mmoja mkuu) walikua karibu kulia, kuomboleza na wazee wakilia kwa sauti zao. Nafikiri niliona machozi machache ya kisasa baadhi ya macho ya wengine.

Nielewe kua hiyo sio ndio njia nzuri ya

kwanza ibada ya Jumapili, ukiwazia jinsi ibada inapaswa kuwa ya kiroho.........elewa kuwa nilienda nyumbani alasiri ya siku hiyo nikiwa na mahamuzi ya kuacha kazi. Sikuweza kuona nitatulia vipi.

Mkutano wa mashemazi ulikuwa umepangwa alasiri ya siku hiyo. Nilikuwa na wanaume watatu niliowaamini sana na kutumai sana na msaada wao kwangu ulikuwa dhabiti, tulikutana kwa mkutano kwa afisi sikua tayari sana kuleta mpango wa mti ule wa dogwood, kabla niseme shemasi wangu alileta kwa haraka. Aliuliza mchungaji umempa maoni kuhusiana na mti, sikua na ufahamu kuwa swali hili analielekeza wapi, lakini nikatambua ni nini imekwisha kutendeka na kuwaambia kuwa nilikuwa nimepeana maagizo mti uchongolewe.

Mimi nilikua mchungaji na kwa mgongo wangu mimi sikutaka mpendwa aliyeonekana kuwa anasaidia kupokea kuu jambo hilo liwe dhiaka kusababisha muhusika na jamii yake kuhama kanisa. Mashemanzi walikua wamekwisha kujua mhusika ni nani. Waliniambia kuwa walipongeza kwa kuchukua lawama na kumkinga mhusika lakini walihisi kuwa hawataweza kuendelea ila tu jambo ifanyike.

Mashemanzi wangu wote watatu walikua watu wenye hekima. Ninawaheshimu na kuwapongeza kila mmoja wao hadi sasa. Niliwauliza walidhania kuwa mimi ningepaswa kufanya nini. Shemanzi wangu mdogo akasema, mchungaji, ningelitarajia mti huo ukatwe kabla ya jumatano na lakini ikiwa ingali imesimama utasikia malalamiko mradi tu ungali umesimama. Nilikubali na kuwaambia ilikuwa ni muhimu ikatwe nakuondolewa kabla ya Jumatano kwa ibaada ya kanisa. Tulikua tumekwisha kupiga kura kuhusiana na mti huo kwa ajili ya ujensi wa jengo jupya la kanisa. Walinipa uhakikishao wao, na kufikia Jumatano mti haukuepo ulikua umekwisha katwa.

Shemazi wangu mchanga alikuwa amekwanzwa sana na baadhi ya mambo yaliyosemwa kuniusu na njia ilivyosemwa. Alijihisi kuwa ni muhimu jambo lifanywe kuhusiana na jambo hilo. Nilikubali lakini niliwaambia nataka niwe na muda wa kufikiria kuhusu jambo hilo lakini niwe na muda wa hasira na machungu ya watu yapoe kiasi.

Jioni ya Jumatano ikafika. Mti ule uliondolewa

Jumatatu, ilikuwa umekatwa chini kiasi ambacho ni vigumu kufahamu kuwa mti ulikueko pale.

Niliongea na watoto wangu darasani, muelekezi na kumwambia nilitaka kuruhusu wafunge madarasa dakika 30 mapema na waje kwa ukumbi.

Nilifundisha masomo ya Bibilia kwenye ukumbi siku ya Jumatano jioni. Nikakamilisha na kuwauliza watu wakimye hadi wafuasi wengine wafike kwenye ukumbi ingawaje ulipata tone kidogo! Baadaye watu waliniambia kua ninaenda kuacha kazi. Matukio yakawa kinyume cha matarajio ya watu.

Mara madarasa, walimu na watoto walipofika, nilisoma somo lililokuwa limekwisha kuandaliwa. Nlianza kwa kutaja kuwa mti ule wa dogwood haupo tena kule mbele. Niliwakumbusha kuwa wapige kura ya kuondoa mti na sababu ni kwa nini ilipaswa kuondolewa. Haikua ni mazoezi kwangu uchunguzi kuhusiana na mti.

Nilianza na mambo mazuri waliokuwa wameyafanya yaliyosemwa Jumapili asubuhi katika usio wa kikristo kwambatana na msemo wake.

Niliwaambia kuwa uhusiano wangu na kama mchungaji na kanisa pamoja na washirika ni wamuhimu sana kuliko mti ulioangamizwa. Nilimaliza nikisema, sitapenda kusikia habari kuhusu mti ikitajwa tena, na baadhi yao waliokuwa wamekwazika waliomba msamaha mlangoni wakiondoka.

Kwa nini nimetaja habari hii? Kiongozi mwenye hekima ulinda wale anaowaongoza. Ningeliitikia kua haikuwa makosa yangu na kisha nielekeze kidole kwa yule aliyehusika ingelisababisha madhara makuu sana.

Ikiwa tunatarajia wale tunaowaongoza kuwa wazi na kutuheshimu, basi itabidi wawe na ujasiri wa kutambua kuwa sisi pia tuna waheshimu. Kuna baadhi ya vitu vinavyo sababisha heshima, kuna matatu yaliyo ya juu kwenye mpangilio.

Kanisa ni kujifunza kuondoa lawama mbali kutoka kwa wale unaowaongoza, hilo linamaanisha kuwa wasijukumike kwa makosa walio yafanya? Kwa kweli sio:
Wanapaswa kujukumika kwa matendo yao, matukio, na kiwango cha makosa.

Jukumu hilo linapaswa kupeanwa kwa kiongozi na yule anaye ongozwa. Hatua hii ilikwisha kukamilika katika mlango uliopita.

Wakati shida inainuka adharani, ni jambo la muhimu sana kuwalinda wale unaowaongoza. Ukilaumu watu adharani itasababisha madhara, machungu katika hisia, kushushika, na kuingia katika hali ya kujitenga na kujihurumia.

Unapotumia neno SISI unapoelezea katika umati adahrani ni kinga kwa muhusika. Ni njia moja ya kuwa na mtazamo mahali inapaswa iwe, kuhusiana na shida iliopo. Kwa kusema jambo kama, tulikosea na tunafanya bidii kurekebisha kosa hilo, wacha wale unaongoza wajue wewe uko pamoja nao, waelewe kuwa unawaelewa na kuwapongeza sio tu kwa jambo nzuri wanalolifanya lla hata wanapokosea wanajua kuwa wewe upo hapo kwa ajili yao na wao wanajihisi kuwa salama kwenye kikundi.

Pamko lingine nzuri ni hili maeneo haya yako chini ya usimamizi wangu nami ninachukua najukumika kwa makosa. Viongozi wanaojihisi siku zote wanapaswa kulaumu wengine kuhusiana na makosa wanadhihirisha kuwa hawana udhamin. Viongozi wanapaswa kushiriki lawama pamoja na wale wanao waongoza, kwa njia hiyo watapata heshima kwa sababu utawahitaji watu hawa wakati pia wewe umekwama mahali.

Jambo la pili muhimu kukumbuka pongeza yoyote ule amefaulu kwa wale unao ongoza. Kumbuka kwamba kama kiongozi, wewe ni bora tu kama wale unaofanya kazi na wao. Nikipawa chao, talanta, na bidii ndio uti wa mgongo wa kila shirika. Kiongozi anaweza kubeba mzigo wa kuelekeza shirika, lakini ni kwa bega zao wanao mfuata wanao beba mzigo mkubwa wa kazi inayotegemea kuleta ufanisi ama kushindwa.

Kiongozi mwema anapaswa kutambua kuwa wafanyikazi na wanaviparua wote wanahitaji pongezi na sifa.Wanapaswa kujihisi kuwa wanahitajika, kupongezwa na kupongeza adharani- mtu pekee, waliyoajiriwa, idara, kamati, bodi, n.k kwa ajili ya kazi yao itasababisha kujihisi kuwa wanatambuliwa kazini.

Kila wakati fanya jambo lakipekee kwa ajili yao. Bila kuiweka wazi kwa wengine kabla ya wakati, itangaze kuwa ni siku ya soda baridi mkumbatie mmoja wakukusadia na kuwafanya wajione kuwa malkia wa siku zote. Tuma habari kuwa kuna mkutano maalum, na kila mmoja anapaswa kuhudhuria. Wakifika wambie wafanye kazi kuwa wewe unataka wafahamu kuwa unawatambua na kuwapongeza na kufurahia soda baridi.

Anga mara moja, unapoondoka nje ya mji, lete zawadi ndogo. Uwe mvumbuzi lakini unajiamini kutafuta njia ya kuwatambua na kuwasifu wale ambao wanakufanya uonekane umefanikiwa.

Jambo la tatu kukumbuka ni kuwafanya wengine watambue na kukusifu

wewe na viongozi ulionao. Ikiwa utawahudumia na heshima kuwapongezana kuwasifu watafuata popote utataka waende ukiwaongoza.

Hata hivyo, nilipokuwa nikipanga masanduku kutoka kwa afisi yangu, nikiwa ninajiandaa kuondoka, nilipata picha ya ule mti wa doywood mtu alikua ameiweka kwa meza yangu ili inikumbushe kuhusu siku hiyo iliyokuwa ngumu na kukumbuka vyema vitu nilivyojifunza kuhusiana na hayo matukio.

MWONGOZO WA KUJIFUNZA MLANGO WA 8: SIO MAKOSA YANGU

1. Viongozi wanapaswa kufanya bidii ku_____na

_____

wale wanao waongoza.

2. Kiongozi anayetaka wengine kua_____anapaswa ni lazima yeye awafanye kua na imani naye kuwa ata_____ _____

_____kwa wao.

3. Kuna anga_____

mambo yaliyo muhimu yanayosaidia kuhatarisha heshima.

123

4.   Kwanza ni kujifunza

ku_____kwama_____

_____kwa wale unaowaongoza.

5.   Kwa nini ni muhimu sana kwa kiongozi kuwalinda wale anao waongoza wakati shida za kiadhara/ matokeo?

_____

_____

_____

_____

_____

_____

_____

_____

6.   Kutumia neno

_____

_wakati wa adhara unapoguzia mambo unamlinda mhusika.

7.   Viongozi wenye siku zote wanalaumu

wengine_____

__hisia ya

_____

_____

8. Kwa kushiriki laumu kiongozi atapata_____

_na_____

kutoka kwa wale anaowaongoza.

9. Kupeana

_____

_____kwa wale wanaoleta ufanisi kuelekezwa ni jambo la pili kukumbuka katika hali ya kujenga heshima.

10. Viongozi wanapaswa kukumbuka kuwa wao ni

_____

_____ kama vile wale anao

wa_____na

yeye.

11. Talanta zao, vipawa na bidii ni mojawapo ya

_____

_____ya

shirika.

12.   Viongozi wema uelewa kuwa watenda kazi wanahitaji

_____n

a

_____

_____

13.   Wafanyikazi wanataka kujihisi
kuwa_____,

_____

na kazi yao ni
ya_____

_____

Kiongozi anapaswa
ku_____

_____wengine na kutambua

_____

_____mwenyewe.

MLANGO WA 9
NINA IKOMBOA

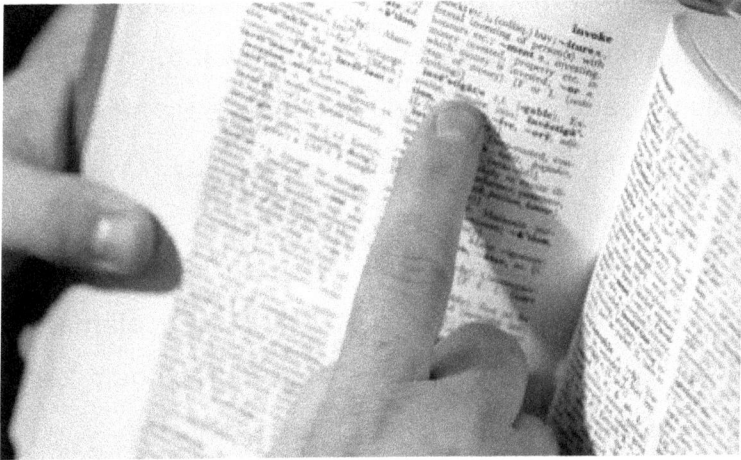

(CHAGUA MANENO YA HEKIMA)

Nina ikomboa

Kila mmoja anapaswa kufikiri kabla anene.
Nilikuwa nikilowesha miguu yangu kwa kanisa lile
la kwanza. Nilikuwa ninatazamia mwezi wangu wa
pili kama mchungaji na nilikuwa nimetoka mjini
nikishiriki arusi maili 500 umbali.Nasauti toka
miisho mingine ikaanza kufunja moyo wangu
wakati maneno yalianza kusikika kwenye hewa

127

ikinisunguka jambo mbaya sana limefanyika kwa mmoja wetu wa jamii ya kanisa.

Nilitaka nafasi ya kumuongoza dada kwa Bwana kwa ufupi baada ya mimi kufika hapo nikiwa mchungaji. Alikuwa ni msichana mrembo ambaye haujawaimwona, mume wake alikua hajaokoka lakini alikuwa mtu mwema, muungwana, mwenye bidii na sauti upande mwingine ikanipa maelezo ya yale yamekwisha tukia.

Maeneo ya familia ilikuwa imezingirwa kwa ufa wa nyororo ambayo ilileta ulinzi na usalama kwa wasichana. Mtoto wa miaka mine aliingia kwa maeneo ya nyuki nazo sikamungata. Mama alimsugua kwa mkono na kumuingiza ndani ili amhudumie majeraha. Naye alimwambia yule wa miaka saba kuwa angelikua ameenda dakika hiyo na kuenda kutazama mtoto wa miaka 18 angeliondoa yale machungu ya nyuki ili kutibu kwa dawa.

Alirejea dakika chache baadaye na kwa makosa yake, alikuta yule mtoto wa miaka 18 ameinamisha uso kweye kidimpwi kidogo cha kuokolewa. Majirani walikuja kwa sababu ya kilio walichosikia kutoka kwa mama kuhusiana na kilio chake cha uzuni, alijaribu kumfanyia huduma ya kwanza lakini hawakuweza kumuokoa mtoto.

Jambo lilikua ni wanipigie simu kuhusiana na dhoruba na familia pia walikuwa wananihitaji nihubiri kwa mazishi. Jambo hilo halikua la maana kwanza ila tu pia wakati wangu wa kwanza kuhusiana na mazishi.

Baadaye miezi sita mume alikuwa amemukubali Bwana ingawaje huzuni ulikuwa umemsonga sana. Ndoa hiyo ilikuwa kwa shida kiasi kwamba nikawa mshauri wao waliponiuliza.

Nilipenda familia hiyo na moyo wa uchungaji nami nilipenda kufanya jambo lolote lile la kuwasaidia. Nilikutana nao na pia wakiwa na tofauti moja, mke wangu nami wakati tulikutana na dada baada ya majira machache shida ikatipuka.

Wote walikua wakiuguza kuhusiana na kifo cha mwanao. Kila mmoja alikuwa akielekeza machungu kwa mwenzake, badala ya kusonga na kuomboleza pamoja walianza kutengana. Machungu yalisababisha upishanaji kiasi cha kugeuzia mchafuko, mashambulizi kati ya kila mmoja.

Katika ile machungu ya ugomvi, mume alipasa sauti kuwa ni wewe uliua mtoto wangu, baadaye aliomba msamaha na kusema hakupenda kumuudhi lakini tayali majeraha yalikua yamemdhuru.

Alikumbana na kuonyesha majuto kuhusiana na makosa na hisia. Alijilaumu kwa makosa ambayo hayakuwa yake na ilikuwa ajali. Alisikitikia makosa yaliyotukia na kwa kweli asingeliacha kukumbuka ama kupata. Jamii hiyo walikuwa pamoja kwa muda wa mwaka mmoja nilipokea ripoti baada ya mimi kwenda kwa maeneo nyingine ya uchungaji kwa mji mwingine, kwamba wameachana katika talaka.

Kwa nini ninafananisha habari hii iliyo ya uzuni na pia mlango huu? Maneno ni ya muhimu sana, unaweza kuomba msamaha kuhusiana na jambo lilillonenwa, fahamu kwamba maneno yakishatoka kwa kinywa hayataweza kurudi. Na pia inawezekana ikose kusahaulika, hasira na hisia lazima zichunguzwe katika maeneo ya uongozi. Nyakati nyingi sio sana kile unasema ila vile unasema.

Wafanyikazi na viparua sio vyema kukosolewa mbele yawengine. Maneno yanayosemwa yanadhuru, inashusha, kugandamiza na kuacha harufu mbaya kwenye kinywa kwa wanaosikia. Kiongozi anapaswa kuweka tukio la kuwazia mawazoni na kujihisi kuwa mambo hayo yamekwisha na mtu yule mwingine anaweza kukosa kusahau jambo hili.

Hali ya kihisia pia udhihirisha ujumbe. Wakati unaenenda katika hali hiyo ya kudhihirisha hasira wakati unamkosoa na kumrekebisha huacha kumbukumbu la muda mrefu kwao walioko upande wa kusikia jinsi anavyotoa sauti na mlio wake ni wa muhimu sana.

Kuinua sauti hakuwezi kukufanya uonekane bora na mwenye nguvu. Hasa wale unaowaongoza wanaweza kutokumbuka kwa Juma kile ulisema lakini hawataweza kusahau jinsi ulivyosema. Ikiwa utainua sauti yako, upige yowe, au upige nduru, utakua umetumia nguvu nyingi ambazo hautaweza kusipata kurejesha tena.

Ni muhimu sana kuwa katika matendo kuliko kutoa hisia. Kumbuka hekima ile uliyojifunza ulipokuwa kwa shule ya msingi kuhusiana na kuvuka barabara. Simama, tazama kIsha sikiza. Tunapojihisi kukashirishwa, kukasirika, au kuondoka, na kutunza ulimi wetu ni muhimu tutafute kwa umakini sana ni nini tutasema, tutasema wakati upi, na niwapi unapaswa kuwa unaposema jambo hilo.

Siku zote kumbuka kuwa wenzako wanaweza kukosa kumbuka yale umesema. Ulimuua mtoto wangu siwezi kusahau maneno hayo nami mwenyewe sikuyasikia wakati yalinenwa. Na maneno hayo yamekua yakisikika kila wakati kwa vizazi viwili katika familia na washirika wake.

MWONGOZO WA KUJIFUNZA NIMEIREJESHA

1. Wakati jambo ni
_____haliwezi kamwe
kuu_____
na itaweza
kuu_____
_____

2. _____na_
_____ni muhimu
ikichunguzwa katika maeneo ya uongozi.

3. Nyakati nyingi sio sana kile kiongozi
_____ila jinsi
ana_____
ni ya muhimu.

4. Watenda kazi hawapaswi
ku_____a
u_____mbele yawengine
kwa nini?

_____

_____

_____

_____

_____

_____

_____

_____

_____

_____

_____

5. _____na_____

_____udhihirisha

ujumbe.

6. _____

_____na

sauti ni ya muhimu sana kwa nini?

_____

_____

_____

_____

_____

_____

_____

_____

_____

_____

7.   Hasa ni muhimu

kuu_____ku

liko kuwa na hasira

8.   Kiongozi anapaswa kufuata mambo ya

kimsingi ya shule katika hali ile ya kuvuka barabara

anapaswa

kuu_____,

_____

_____

na kabla kunena.

MWONGOZO WA 10
SABABISHA ITENDEKE
(TUMIA WAKATI KWA UANGALIFU)

SABABISHA ITENDEKE

Miaka yangu ya ujana katika shule kulitolewa nafasi kuchagua mojawapo ya darasa kuhusiana na watu wa kuhitimu. Mipango yangu ilikuwa ni kufanya biashara kisha nikajiandikishe kwa somo la uchapishaji, nilidhani kuwa darasa litanisaidia kuhusiana na haliya mambo ya biashara, NK. Ulikuwa ni wakati usio wa taknishi na barua pepe sikuwa na ufahamu kuwa hayo mahamuzi machache ni jambo ambalo lingenisaidia maisha yangu yote.

Wale wanao jiunga na jeshi la marikani upitia mitiani mingi ili waweze kutambua kwa kweli maeneo ya talanta na mahali wanaweza kuwa wa msaada katika jeshi. Ningelichapisha karibu maneno 50 kwa dakika na wao walitambua kua ningepaswa kufanya kazi afisini badala ya jeshi.

Nilimalizia na kuwa na afisi yangu mwenyewe kuhusiana na majukumu ya muda mrefu kwangu mimi. Majukumu yalianza kuongezeka kulingana na idadi ya watu wanao ongezeka kuhusiana na mtazamo wa uangalizi. Na majukumu yakiongezeka yanahitaji muda mzuri wa viongozi.

Kuna wakati wa muhimu sana ambao uchukua muda wa kiongozi katika historia. Kuhusiana na barua pepe, simu ya smartphone, face book, twitter,NK, viongozi wanapaswa kufahamu vitu vingi ikiwa wataweza kufaulu katika uongozi na jukumu lake.

Ikiwa kiongozi hawezi kuwa na mtazamo wa kuadhiri asipojipanga vyema atapitwa na muda kwa majukumu. Kutumia miradi, kwasababu ya kupatwa na wakati atakosa kupangia vitu vyema, kuchomwa na mawazo usiku, kupoteza muda, chini ya msukumo mkuu, na mabo mengine mengi.

Nilipanga na kufanya mpango wa kutunza wakati katika miaka yangu ya huduma. Nimesaidika sana na ninatumaini kuwa itanisaidia na wengine pia kuwasaidia viongozi wanapopangia kupima muda na kuutumia kwa uangalifu na umakini.

Kukamilisha mara mbili zaidi mwaka huu, kuhusu mtazamo wa kiongozi kutumia muda vyema utafanyika kwa kuadhiri na kuweza kugawanywa mara tano. Kila sehemu itajengwa juu ya msingi uliokwisha weka (5) mahali ni kama ifuatayo: **sehemu ya**

1. Kusababisha vitu vifanyike maishani.

2. Kusababisha mambo kufanyika kuhusiana na miezi 12.

3. Kusababisha vitu vifanyike mwezi unaofuata.

4. Kusababisha mambo kufanyika juma hili.

5. Kusababisha mambo yafanyike leo.

Sehemu 1- kusababisha vitu vifanyike maishani, kila mtu anapaswa aweke mipango ya muda mrefu maishani kuliko vile tunapofahamu. Kuweka malengo ya kudumu, usaidia kiongozi kuwa na hali ya kudumu ya makusudi na inaweza kuwa ya kuadhiri kwa kuelekeza mambo yake ya sasa naya siku za usoni.

Mipango yangu ya kimaisha imeelekezwa na msingi wangu wa kikristo na imani pamoja na upendo kwa familia. Nilipanga malengo hayo nikiwa na umri wa miaka 20 na pia kabla watoto wangu wawili hawajazaliwa na malengo haya yangali yanaendelea hata leo. Jambo la muhimu sana nililokuwa nikitazamia ni kuishi maisha ya heshima, uadhilifu na usafi ndiposa ni mtukuze Mungu ninayo mtumikia.

Mpango wa pili wa maisha ulikuwa ni kwenda mbingui. Inaweza kuwa ya kutisha kwa baadhi ya watu, lakini ninaamini kuwa kuna maisha baada ya kifo muda tu tunapoondoka ulimwenguni tunaishia kwa wengine. Nilitakakuakikisha nimemalizia vizuri.

Lengo la kudumu ni kuwa na jamii ya upendo. Kiongozi mwenye hekima atagundua kuwa familiani lazima iwe ya kwanza kabla ya kazi yake.

Ikiwa atashindwa kufahamu haya mambo mapema, na kujua kwa ufanisi kazini hautaweza kuweko ikiwa familia haina ile joto la upendo. Kuwa na jamii wakaribu haitendeki tu, inahitaji bidii namuda, talanta na hazina. Jambo la mwisho nalihitaji ni kufaulu kitaaluma, kutambua baadaye ni kuwa mke wangu alifariki nami nikabaki na watoto nikiwa katika hatua hiyo.

Lengo la kudumu lilikua kwamba nimtumikie Bwana na kuleta utofauti ulimwenguni. Nilijitolea kuwa na muda wa kutumikia wengine. Nilitaka kuakikisha kuwa siwezi kujiuzisha na jambo ambalo litanikozoa na nionekane sifai kuwatumikia wengine.

Tunapaswa kufanya nini ili tukamilishe mpango huu wa kudumu?

1. Omba (tafuta hekima yake Mungu katika mahamuzi na mipango yote)

2. Anzisha jambo la kimtazamo (amua ni lipi hilo unatazamia kufanya.

3. Weka malengo yako katika mpangilio (amua umuhimu wa ubora).

4. Weka hatua zifaazo kukamilisha (na jinsi utakavyokamilisha jambo hilo)

5. Weka muda hasa miezi 12 za kupanga kila mwezi baada ya mwezi.

6. Weka mipango ya kudumu kwa miezi zijazo.

7. Weka mipangilio kuhusiana na majuma yanayo fuata.

8. Pangia kwa mpangilio ulionayo kuhusiana na wakati huo.

SEHEMU YA 2

Kusababisha mambo yafanywe kwa miezi 12 zinazo kuja. Kiongozi anapaswa kupanga vipi kuhusiana na mwaka ufuatao? Kujaribu kushika mambo yote kuwa na mwaka yaani siku 365 inaweza kuonekana kuwa ya kuchosha lakini hata hivyo inaweza kufanyika. Yafuatayo yalinisaidia nami ninatumai itakusaidia na wewe pia kama **kiongozi:-**

• Weka mpangilio wa kila tukio mwakani tarehe na pia matukio katika mwaka huo kwa miezi kumi na 12.

• Anzisha na uweke malengo (elewa ni nini unatumaini la kufanya).

• Weka mpangilio wa miradi muhimu unayotumaini kufanya mwaka huo (inapaswa kuwa mdogo na kumaanisha).

• Weka kila mmoja katika mpangilio kulingana na umuhimu wake.

• Weka mikakati ya kutimiliza kuhusiana kila mradi.

• Elezea kwa upana lengo na kusudi ya kila mradi (mradi mmoja kwa wakati).

• Wazia pia raslimali itakayohitajika (vifaa na fedha, NK).

• Peana majukumu hasa sana kuhusiana na yule anayoweza kutekeleza, kwa kujitolea au kulibwa kama waajiriwa (ikiwa katika ufasaha)

• Andaa mpangilio wa miezi kumi na miwili ikionyesha mpangilio wa tarehe ya kutekeleza aina hiyo ya mradi na hatua zake.

Sehemu 3- kusababisha mambo kufanyika mwezi ujao. Mpangilio wa mwezi ujao utakuwa ni ukamilifu na mpangilio wa kiongozi katika mwezi uliopita.

Tunapaswa kuamua kujua ni nini inapaswa kufanywa mwezi ufuatao? Mambo manne yaliyoandikwa chini yanaweza kuwa ya muhimu sana kwa kiongozi kukumbuka,

• Tazamia mwisho wa mradi uliowekwa kuhusiana na matukio ya mwezi huo mwanzo wa mwaka.

• Tazama pia miradi iliyowekwa ili ikamilike mwezi uliopita hata ikiwezekana, unaweza kuzihamisha na sifanyike mwezi unaofuata.

144

- Weka masiku za kipekee ambazo kazi hiyo inaweza kufanyika.

Sehemu ya 4 kusababisha mambo yafanyike Juma hili.

Tumeangalia jinsi ya kupangia, jinsi ya kukamilisha mpango wa muda mrefu, malengo ya miezi zifuatazo 12 na pia malengo ya mwezi ufuatao. Sehemu hizo zote tatu ni za muhimu na zinaweza kumsaidia kiongozi. Sasa tunafikia kilele cha mambo na mpangilio. Mpangilio wa kila Juma utaweza kumtatanisha kiongozi akitaka mambo yafanyike.

Kuna viwango vitatu vilivyo muhimu ambayo kila tukio la Juma hilo litashikilia.
Haya ni:

1. Mambo ambayo ni lazima yafanyike Juma hili kufikia wakati fulani.

2. Mambo ambayo yanapaswa kutimizwa Juma hili lakini pasipo kipimo cha wakati.

3. Mambo ningelipenda kufanya ikiwa ningelipata wakati.

Chini hapa kuna mipangilio na hatua zinazojumuliza viwango vitatu ambavyo vinaweza

145

kuwa vya umuhimu na msaada kwa kiongozi katika mpangilio wa kila Juma.

1. Weka mpangilio wa vitu unavyopaswa zifanywe kwa wakati fulani

- Kupeleka watoto shuleni.
- Ibada asubuhi kanisani.
- Mazoezi ya kila mwaka.
- Kukutana na baadhi ya wakurugenzi.
- Masiku kuisha.

2. Hamisha kila tukio kutoka kwa mpangilio na wakati unaofaa kuhusiana na kile umeweka kupangilia (mpangilio, kupangia, kalendaNK) uwe na huakika wa

kupima muda kila kazi)

3. Umekwisha tu kuegeza mpangilio wako kwa ajili ya Juma ukiweka umaanani

kwa vitu vilivyo muhimu kuisha kufanyika.

4. Kufanyika lakini kwa muda usio pimika

Andaa

- Jinsi ya kuelezea.

- Angalia pia barua pepe.
- Weka gari kwenye duka.
- Fanya usafi wa kukata nyasi.
- Jiandae kwa kusoma kwa ajili ya Jumapili.
- Mpeleke mke wako kwa chakula cha mchana.

5.Pita kwenye listi yako na kisha uchague yaliyo muhimu, chagua muda kuhusiana na mpangilio waleo hamisha ili itoke kwa mpangilio wako na mpangilio kwenye

mpangilio wako.

6. Rudia haya hadi uone kuwa kazi zote zinafanyika na zinapaswa kuwekwa vizuri.

7. Weka mpangilio wa vitu ungependa kufanya ikiwa utapata wakati

- Tumia basi kwenda dukani.
- Kucheza golfu
- Tembelea maktaba.

8. Yachukue mambo yaliyo muhimu utakaopaswa kufanya. Angalia ni mpangilio

upi unaofaa kutumika na kisha ufuate

na kuweka nafasi kwa tukio hilo.

9. Hamisha mambo yaliyosalia unayopaswa kufanya kila kimoja kwa wakati wake hadi

uwe umekwisha kuamisha yote kwenye mpangilio wako.

10. Pongezi umekwisha kuweka matukio yote salama matukio ambayo inapaswa

kufanywa kwa Juma na kushughulikia baadhi ya vitu unapaswa kufanya.

11. Sehemu 5- kusababisha mambo kufanya kama utangulizi la chanzo. Yasiyotalajiwa

hutokea wakati na nyakati tofauti, lakini kiongozi mwenye hekima atapaswa

kupanga kazi yake na kisha kufuata mpango huo katika utendaji.

Kiongozi mwenye akili atakuwa akiangalia mpangilio kila wakati na kutambua jinsi anavyo udumia wakati wake vyema.

Akifuata mpangilio ukiangalia facebook kila baada ya dakika kumi, na kuwa na utambulisho wa barua pepe kwenye simu/au takilishi, michezo ya takilishi,NK. Inaweza ama kupokonya muda wa kiongozi.

Je kuna wakati unajikuta na miradi usioweza kukamilisha ama kumaliza muda bure? je unatazamia kutupa vitu pamoja dakika ya mwisho? Kwa kuwa hautaweza kuweka muda mwingi jinsi ulivyopaswa kuhusiana na masomo, kuandika, mazoezi, kutunza pesa, na zaidi. Wakati mwingine unajipata kuwa mambo yanafanyika unayoona nilazima yatendeke kwa sababu unakimbishana na muda? Je unafurahia wakati unapopata mambo yako sawa na yamefanyika?

Habari njema – unaweza kupata karibu yote ikiwa sio yote, Utashangazwa kuhusiana na kile kinapaswa kukamilishwa kuhusiana na mipangilio iliyopangiwa vyema.

MWONGOZO WA KUJIFUNZA MLANGO 10: SABABU ITENDEKE

1. Majukumu yanapozidi_____

_____kutumia muda wa kiongozi kwa hekima.

2. Viongozi wanapaswa ku_____ikiwa wanatarajia ukamilifu wa kazi kulingana na jukumu walilo nalo.

3. Kuweka lengo_____inaweza kuwa ya kuadhiri kuhusiana na hali ya sasa na ya siku za usoni ya kiongozi kuhusiana na mahamuzi.

4. Ni malengo yapi manne ya kudumu yaliyoelekezwa na mwandishi.

a)_____

_____

b)_____

_____

c)_____

_____

d)_____

_____

5. Ni mambo yapi manane yaliyo ya mzaada

kwa kiongozi ili kukamilisha lengo hili?

a)_____

_____

b)_____

_____

c)_____

_____

d)_____

_____

f)_____

_____

g)_____

_____

H)_____

_____

I)_____

_____

6. Ni jinsi gani kiongozi atasababisha mambo kutimia katika miezi 12 zijazo?

a)Tengeza taftari
ya_____

_____na tarehe

ambayo mambo haya yatatukia.

b)Anzisha

_____

_____na_____

_____

c)Endelea

_____inayowe
zekana

ku_____

kila chombo.

7. Kiongozi atasababisha vipi mambo kufanyika mwezi unaofuata?

a) Angalia na upitie

_____

_____ambayo
iliwekwa

kwa ajili ya mwezi unaokuja mwanzo wa mwaka.

b) Angalia na upitie miradi iliyowekwa ili

ikamilishwe _____

_____

na

ikiwezekana,_____

_____zifanywe mwezi unaofuatia.

c) Tengeza orodha ya

_____

_____kuhusiana

na vitu vinavyopaswa kufanywa mwezi ujao.

d) Peana majukumu

ku_____

_____ili kwamba

kazi hii imekamilika.

8.   Ni mambo mangapi haya **10** kiongozi

anapaswa kufanya ndiposa aone kuwa kazi

imefanyika Juma hili? (kwa mpango)

a) Weka mpangilio wa mambo yapaswayo

kufanywa

wakati_____

_____

b) _____kila

tukio lina kupaliana na kufanyika sawasawa na

muda

   ambao kiongozi amepangilia.

c)_____mpan

gilio wako wa Juma.

d) Tengeza na uandae vitu vinavyopaswa kufanywa

lakini kwa_____

_____

_____

e) Pitia kwenye orodha yako na uchague yaliyo

muhimu_____

_____

_____

_

_____

____ kulingana na vilivyopangwa.

f)Hili linapaswa

ku_____hadi

vitu vyote vitimie kulingana na

   vilivyopangwa.

g)Pangilia vizuri vitu unavyopaswa

ku_____

____unapopata muda.

h)Kiongozi anapaswa kuchukua kitu

kile_____a

tapenda kufanya.

   Chunguza ni muda upi uliosalia wa

_____kufanyik

a.

i) Hamisha _____

_____ungelipe

nda kufanya kwa

   wakati huo hadi uweze kutimiza

_____kila kitu

ulichoweka kwenye

   orodha yako.

j) Kiongozi kwa ufanishi

ame_____matukio yote

anayopaswa kufanya

_____napia

kushughulikia baadhi ya vitu angelipaswa

ku_____

_____

9. Kiongozi atasababisha vitu vifanyike vipi leo?

_____

_____

_____

_____

_____

_____

_____

_____

10. Kiongozi mwenye hekima

ata_____

_____

kuhusiana na muda anaoutumia vyema.

11. Viongozi wanaweza kushangazwa sana kulingana na kile kinaweza kukamilika na mipangilio_____

_____na_____

_____

MLANGO WA 11

KUTUNZA KAZI

(KUONGAZA MKUTANO WA KAMATI)

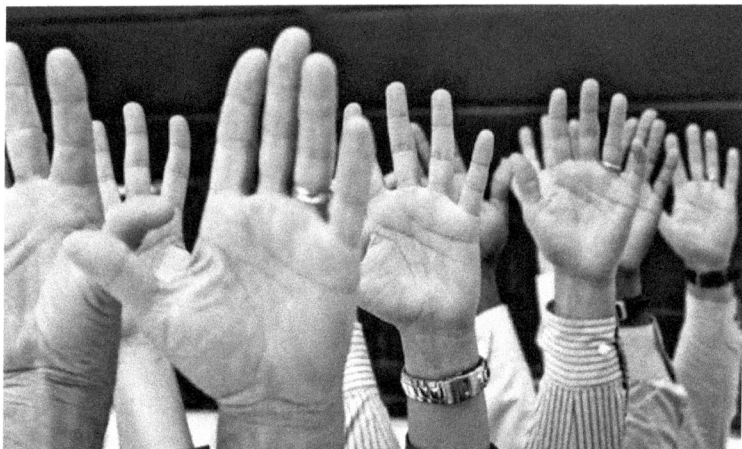

KUTUNZA KAZI

Kwa mengine, maana ya tamko la Jina hilo mkutano wa biashara ulipeana habari kuwa, mengi kama kukumbushwa kuhusu njia ya kanal. Mkutano wa kamati unasababisha kadhabu, mashaka na pia uoga hasa sana wakati mambo muhimu ili kushughulikiwa. Mkutano wa kamati, iwe ndani, wilaya, nchi au viwango vya kitaifa ni vya muhimu sana.

Wakati unapoweza kuwa na hali ile ya hisia kuhusiana na mkutano wa kamati unaokuja, tunaweza kushinda vitisho na kusababisha mkutano uwe salama na wa kufanikiwa kwa kuzingatia sana maoni.

• **Ukomboe wakati**. Anza mkutano kwa wakati ilininaweza kuweka kiwango kwa ajili ya mkutano na kudhihirisha heshima kuhusiana na wale walioudhuria.

• **Unapaswa kujiandaa.** Kujiandaa mapema inasaidia mkutano kupakia kwenye mtazamo na kukomboa muda. Maandalizi mema ujumlisha pia ajenda, ukipangilia kila jambo ili lizungumziwe. Weka mfano hasa mwisho wa mlango.

• **Uwe wa kushalisha** – Jambo la msaada sana ni hisia, kwa hakika –itakusaidia upate mengi kutoka kwa mkutano wako. Uliza kuhusiana na majadiliano yote, maoni, na maswali yaelekezwe kwa kiongozi au modereta. (ili litasaidia kupeana mpangilio na kuondoa utofauti wa maoni kupotoshwa) wakati wote ruhusu mjadala uungwe mkono na mtu wa pili kabla auja anzisha mjadala, ili litasaidia mjadala ukose kuyumba na kupoteza muda.

Mazungumzo sio mazungumzo hadi modereta itambue, rudia na utambulishe tena. Baadhi ya mswada na pia uliza na iungwe mkono, ruhusu muda mzuri kwa mazungumzo na pia usiruhusu mjadala ukwamilie katika utofauti wa kudunisha.

Aina tatu ya misuada uinuka hasa sana katika mikutano. Msuada mkuu, msuada dharura, na msuada unaoleta swali kwenye mkutano. Mpangilio uliopo chini unaelezea aina   na viwango vya misuada kwenye mikutano.

MSUADA MKUU

Misuada iliyo chini inaletwa kulingana na hitaji. Kila msuada chini unaweza tu kufanywa, na kua katika mpangilio, ikiwa itaonekana juu kwenye orodha kuliko ile tayari inazungumziwa kwa hayo ikiwa chini yake.

- **Msaada wa ziada**: kila mmoja ufurahia msaada huu kwa sababu ina hashiria kuwa mwisho wa mkutano. Hata hivyo, msuada wa ziada uwezi kutatiza mtu akinena, inahitaji kiitikio cha kuungwa mkono, haiwezi kujadiliwa, na pia haiwezi kurekebishwa na pia inahitaji kura ya walio wengi.

• **Msuada wa kuzungumziwa (au kuwekwa katika mazungumzo) wakati mwingine utofautiana na shuguli pamoja na wakati:** Itabidi kukutana na mahitaji yafuatayo: ipaswi kumtatanisha yule anayeongea, inahitaji mtu wa kuunga mkono, haiwezi kuzungumziwa, haiwezi kurekebishwa, na pia inahitaji kura za walio wengi. Tambua: nje ya Marikani, kuweka msuada kumaanisha unaweka mambo wazi ili yazungumziwe.

• **Msuada kuhusu suala lililopita:** Pasi amuru mkutano ufike kikomo, haiwezi kutatanisha yule anaye nena. Inahitaji pia kuungwa mkono, haipaswi kuwekwa izungumziwe, haiwezi kurekebishwa, na pia inahitaji $2/3$ walio wengi.

• **Msuada wa kuhahirisha:** Chelewesha hali kulingana na uweza wa kamati haiwezi kumtatanisha anayeongea, anahitaji kuungwa

160

mkono, haijatiliwa, haiwezi kurekebishwa, na pia
inahitaji kura za walio wengi.

• **Msuada wa kuhamisha jambo na
kupeana kwa kamati:** Inatofautisha hali kwa
sehemu iliyo ndogo kuhusiana na kura zao walio
piga. Kamati siku zote inatumika wakati uchunguzi
dhabiti umekwisha fanywa ama maelezo kutoka nje
yanayopaswa kushugulikiwa kwa watu wa nje
haitaweza kumtatanisha anayeongea, inahitaji pia
kuungwa mkono, sio ya kujadiliwa, haitaweza
kurekebishwa, na pia inahitaji kura ya walio wengi.

• **Msuada wa kurekebisha**: Inaongeza ama
kuwezesha msuada uliopo kuwa na ubora sana na
kukubalika na kundi la kupiga kura, huwa sana
unahusika na majadiliano. Hauwezi kutatanisha
yule anayeongea, unahitaji kuungwa mkono,
unaweza kujadiliwa, unaweza kurekebishwa, na pia
inahitaji kura ya walio wengi.

• **Msuada wa kuhairisha pasipo
upambanuzi**: Msuada huu hasa una ua mtazamo
wa shuguli. Hauwezi kutatanisha yule anayeongea,
unahitaji kuungwa mkono, sio wakujadiliwa,
hauwezi kurekebishwa, na pia unahitaji kura za

walio wengi.

- **Msuada wa ghafla** (Hauhitaji mpangilio ila tu ni hukabili kwa wakati huo)

    -Chambo la muhimu: Peana kiwango cha mpangilio. Inaweza kumtatanisha yule anayeongea, ahitaji kuungwa mkono, hauwezi kuwekwa kwa mjadala, hauwezi kurekebishwa, hakuna kura itapigwa, na modereta ataamua umuhimu wa jambo hilo tu.

- **Kutokubali mahamuzi ya mwenye kiti:** Hutokea wakati mtu hajaridhika na mchanuzi ya modereta. Msuada unaweza kutatiza yule anaye nena, unahitaji kuungwa mkono, inaweza kuzungumzwa , inaweza kurekebishwa inahitaji kura ya walio wengi ili wafanye mahamusi kuhusiana na mahamusi ya modoreta

- **Msuada wa kupinga mahamuzi:** Ruhusu kikundi hicho cha kamati kichunguze mahamuzi ya modoreta na kura sipigwe dhidi ya mahamuzi msuada haupaswi kukatisha yale anaye nena, unahitaji kuungwa mkono, hauwezi kujadiliwa, hauwezi kurekebishwa, na unahitaji tuluthi mbili za wapiga kura.

- **Kuna pia kupinga kuhusiana na tukio la wazo na swali:** Ilikuzuia kushushwa moyo au maswali ya kuchochea kutoka kwa upande wa wananchi. Msuada unaweza kutatanisha yule anaye nena, hauhitaji kuungwa mkono, Hauhitaji kujadiliwa, hauwezi kurekebishwa, na pia unahitaji tuluthi mbili za wapiga kura.

MSUADA WA KURUDISHA MSUADA ULIOPITA

- **Uondoe kutoka kwa meza ya maongeo:** Kurejesha msuada na maongeo yake mapema, msuada haupaswi kumkatiza yule anayeongea, unahitaji kuungwa mkono haupaswi kujadiliwa, hauwezi kurekebishwa, na pia inahitaji kura za walio wengl.

- **Rudia msuada uliopita:** Rudisha tendo kuhusiana na mahanyi ya kamati na hali ya kukubaliana kwao, haiwezi kutayiza yule anayenena, ni lazima ifanywe na yule mtu aliyepiga kura kuhusiana na msuada uliopuniwa.

Unahitaji kuungwa mkono, unaweza kujadiliwa, unaweza kurekebishwa, na pia unahitaji kura ya walio wengi kwamba ni muhimu kamati imechulishwa mapema.

Ni muhimu ukitaka kuweka nakala ya kopi ya msuada kama ukumbusho (wakati unasimamia mkutano)

Mikutano mitulivu itazaidia shirika kukamilisha tume yao na kuweka lengo kwa ajili ya ufanisi kwa sikuzijazo. Kuhusiana na wazo hili liepesi linapaswa kuwa na umuhimu wa shughuli na matokeo na kwa njia hiyo kutumika kwa utulifu. Wanaweza kupunguza mawazo, kupunguza mashaka, na kuokoa baadhi ya pesa kuhusiana na mahitaji muhimu na yanayofaa.

Ajenda pia ya mkutano mdogo

1. Itana mkutano kwa ajili ya kupanga.

2. Tambua na uwaketishe waliochaguliwa (waache wasimame)

•   Waliochaguliwa wasimame.

•   Waliopigiwa kura.

3. Tambua waandishi ama wasimamizi kuhusiana na rekodi ya mambo yaliyopita pamoja na (dakika zake).

4. Ulizia sasa kuhusu msuada na wale wa kuunga mkono

- Uliza maswali ama mjadala.
- Pongeza dakika kuwa ni sawa.
- Mtambue mheka hazina ili apeane ripoti ya fedha.
- Uliza msuada na yule wa kuunga mkono ni nani ili upate ripoti.
- Uliiza maswali au majadiliano.
- Kupaliana na dakika.

5. Julisha kikundi cha Board pamoja na ripoti ya kamati

- Uliza iwapo kuna msuada na yule wa kuunga ili upokee ripoti nzima.
- Uliza iwapo kuna swali ama mjadala
- Kupaliana na dakika na uweze kuikubali.

6. Pitia na kutambua miradi isiyotimilika kuhusiana na mkutano uliopita (na miradi ya kale)

7. Uliza iwapo kuna shuguli yoyote inaweza kutimia ambayo inapaswa iletwe mbele ya kamati.

8. Ukisha maliza shuguli ya mwisho uliza iwapo msuada unaweza kuondolewa au kurekebishwa ikiwa dakika na ripoti simechapishwa na kupeanwa, haina maana ya kuisoma kwa sauti. Uliza ili iwapo inaweza kuongezwa ama kufanyiwa marekebisho. Ikiwa hakuna hitaji, kukubalika.

Dakika sinaweza kuandikwa, basi hakuna msuada utajadiliwa ama kuwa unahitajika.

MWONGOZO WA KUJIFUNZA MLANGO 11 KUTUNZA KAZI ULIYOPEWA

1. Ni maoni mangapi matatu yanayoweza kufanya shuguli na kusababisha mkutano kuendelea kwa utulifu na ufanisi.

a)_____

_____

b)_____

_____

c)_____

_____

2. Ni aina ipi tatu ya msuada ambayo uchipuka sana wakati wa shuguli za mikutano

a)_____

_____

b)_____

_____

c)_____

_____

Weka misuada ya dharura kwa mpangilio – sina mpangilio kuhusiana na

_____na

kushugulikiwa kulingana na

_____

_____

_____

_____

_____

_____

_____

_____

_____

3.   Msuada huu umebeba nini ambayo iliwahi kuweko kwa msuada uliopita ambao unarudiwa?

a)_____

_____

_____b)_____

_____

_____

MLANGO WA 12
KAMA NINGALIJUA BASI

**Makisio ya pili kuhusiana na mahamuzi
yaliyopita.**

Mwandishi anafurahia kufunua kifuniko cha
gari lake la 1998 linalojulikana kwa jina kama

chevy Silverado 4x4 la pikapu akiliegeza kwa duka lake hapo nyuma.

Nilifika kule fortLeonard wood, Missouri, katka maeneo yangu ya kudumu. Mke wangu akiwa na padi wangu wa wiki sita wakiwezeshwa kujiunga name baada ya kuishi kwa jumba ndogo lisilo la kudumu kama miezi mitatu, niliweza kukodi jumba cha vyumba tatu(3) za malazi kwa jumba cha jengo kubwa. Tuliweza kusukumwa kuwa na jengo na jumba la vyumba vikubwa. Na mshahara wangu hasa ulikuwa la kiti tulipata kile tulihiitaji na tukafurahia maisha yetu katika jeshi.

Baba yangu alikuwa na kipawa ambacho angalirekebisha kila kitu. Ninaamini nili ridhi haya kutoka kwake. Ambaye inaweza kuwa Baraka kuu na wakati mwingine laana. Kabla ya maili 1000,000 ya kielectronia kati ya tume ups, kuna vitu vinavyoitwa points na spakiplugs ambavyo vilipaswa vipadilishwe kwa gari lako hasa maramoja kwa mwaka. Baba yangu alikuwa amenifundisha jinsi ya kubadilisha vifaa hivyo.

Sitaweza kukuchosha na maelezo na pia hali ya kufanya kazi na vitu hivyo vya mafuta na injini kubwa lakini nitawaambieni hadithi ya kweli iliyonifunza somo kuu, nilinunua spaki na plaki sinazohuziana na sehemu hitaji na kufanya mipango ya kubadilisha siku inayofuata.

Niliinua gari na kuweka juu ya mbao sehemu zote na nikaendelea hatua ile ya kuondoa spaki zile za kale na kuwa ni tukio la kupendeza. Sasa wakati ukawadia wa kuweka na kushikamanisha.

Nilipo regeza savu zilizokuwa zimeshikilia, savu kwa gafla ikaanguka ndani ya shafti ya ugawi wa moto. Chombo hicho kilihitaji savu zingine ambazo nizingeweza kuwazia. Nilirejesha politi mpya, na kuzipangia kiwango cha nafasi kufanya siwe wazi na kufunga kwa wakati unaofaa na nikafanya kila kitu kushikamana.

Kila kitu kilionekana jema. Jambo moja lililokuwa limesalia ni kuakisha injini. Nilipogeuza funguo na gari iliinguruma nilisikia mlio kwa sauti pan'g kutoka kwa injini sasa mlio mkuu kutoka kwa yako siop mlio mzuri.

Sikuwa na wazo kuhusu kile kilichotendeka, lakini nilikuwa na hisia kuwa kuna kitu kibaya kimetendeka kuhusiana na zile okoa kidogo iliyotumbukia pale. Mara kwa mara nilijaribu kupaki gari haikusikika kona kwamba ilitakiwa ianze kuwaka.

Sikuwa na wazo la kufanya nilikuwa umbali wa maili kadhaa kama mia moja kufika kwa kambi ya jeshi na ilihali sikuwa na fedha zaidi zilizo salia na hali ya usafiri wetu ikakwama. Nilijiihisi kulia, lakini tulikuwa watu wazima kuwa sili kwa watu wazima ni mtu mzima.

Kuhusiana na jambo hilo na kufanyika marafiki wazuri na mlango wa jirani. Tulimtazama msichana wao mdogo kulingana na wakati mwandamo nao wakatutazama pia. Sanjenti alisikia marudio na majaribu ya kushindwa kuasha gari. Nilikua nimeshushika na kujihisi kupumuzika wakati huo huo nilimwona akiingia kupitia mlango, akija mahali gari langu lilipokuwa.

Alitoka kwa gari na kusikia si lake angeweza, kisha akaanza nilimwambia la na kisha akaniambia nizime gari. Alisema kuwa mota haingeweza kushika moto, kisha aliniuliza ni tukio gani lilitendeka. Nilieleza kuwa nilikuwa nimebadilisha plaks na zile politi pamoja kwa gafla skuru ilitumbukia ndani ya distributa kisha akasema ulipata matatizo.

Uongo niliyokuwa nayo ukaanza kueleweka na kutambulika. Aliondoa ile politi iliyokuwa imeshikilia distributa kuiweka juu ya injini na kuvuta distributa kutoka kwa mota. Alinionyesha shafti iliyokuwa chini ya distributa, mlio mkubwa niliousikia ulikuwa mkubwa kati ya v-8 ikisikika na kugawanyika kwa sekunde chache.

Walilegeza chini ya distributa shaft, sehemu ya shafti iliyofunjika ilipakia kwenye injini na njia ya pekee ya kufikia ni kufungua shimo kwenye injini kiwango cha pepsiscan.

Nilibahatika kuwa jirani yangu alikuwa na ujuzi wa makanika katika mota (mwanajeshi na duka lake la kurekebisha). Alitumia waya ili aitumie kuvuta kipande kilichofunjika na magneti ili irejeshe kupitia kilele cha mota. Alinipitisha kwa jangwa na mazoezi na kununua distributa iliyotoka kwa gari lililoharibika yaani gari mzee, na kwa pamoja tukarejesha ili distributa iliyokuwa imetumika.

Nilianzisha kuwasha gari na shida zilikuwa
zimeshugulikiwa. Kulikuwa na somo la kujifunza
kupitia shida hiyo na ujuzi huu, ya kwanza ni
yakawaida na ni wazi. Uwe mwangalifu ili usitupe
screws. Somo la pili ni uweze kujua ukipoteza
utajua vile kabla uendelee mbele. Kijana kama
ningelijua kile ninafahamu sasa ningekuwa
nimefanya mahamuzi mengine.

Kuna hasa somo moja zaidi kuhusiana na
tukio hili, kushikilia mahamuzi yaliyopita ni
kupoteza wakati. Ningelijua nisingeliweka funguo
na kuwasha gari wakati sceve ili kuwa imeshikilia
kwenye distributa. Sikufahamu kuwa italeta
madhara makubwa kama yaliyotokea. Kama kwa
kweli ningelijua kile ninafahamu leo, ningemuuliza
jirani yangu wakati tu funguo silipotea kabla
sijafanya makosa kama hayo.

Kuongoza sio jambo rahisi na mtu hawezi
kupadilisha ya kale au kuishi kuhusiana na siku za
usoni. Kufanya mahamuzi ni hatua. Mtu anapaswa
kuwa na ufahamu zaidi kuhusiana na jambo hilo.
Anapaswa kupeana wasia sana kuhusiana na faida

na kile utapoteza au na kuhusiana na mahamuzi hayo na mahamuzi yanayoweza kuadhiri na uhusiano. Ni muhimu sana kupima na kuwa na hisia na mtazamo kisha ufanye mahamuzi.

Mahamuzi ni lazima yaweze kuwekwa kulingana na habari unayoipata wakati huo. Hakuna njia nyingine ya kufanya hivyo, hautaweza kuwa na habari ya kesho hadi kesho ifike.

Na pia kuhusiana na mahamuzi ya ujana? Haupaswi kushikilia mahamuzi ya ya kale maana maelezo zaidi yataonekana baadaye. Tunafanya mahamuzi kuhusiana na kile tunafahamu leo au sasa. Kama tungelifahamu mengi mapema, tungelikuwa tumefanya mchanuzi tofauti. Tunaendelea na kile tunafahamu. Kusalia kwa mahamuzi ya kale ni kumaliza uweza.

Mahamuzi ya kale yanapadilika au kurekebisha wakati habari inajulikana. Hakuna jambo mbaya kuhusiana upande wa kushoto au wa kulia ama hata kufanya jambo kuhusu hali ya mahamuzi ya kale kwa sababu marekebisho inaweza ama ni muhimu kufanywa. Hakuna sababu muhimu ya kujisumbua kuhusiana na mahamuzi. Viongozi hawapaswi kushikamanwa (kama mtu asiyeweza kufanya mahamuzi na kupima zaidi ya mawazo ya hisia). Unaweza kujifunza kuhusiana na mambo yaliyopita, na kufanya mahamuzi kuhusiana matukio ya sasa, ili uweze kurekebisha siku za usoni.

MLANGO WA 12 KAMA NINGALIJUA BASI

1. _____

_____kuhusiana na mahamuzi ya kale ni

_____ muda.

2. _____

_____sio rahisi

3.   Kiongozi anapaswa kukumbuka kuwa

hawezi_____

_____yaliyopita au

ku_____

_____ya siku za usoni.

4.   Viongozi wanapaswa kupata faida saidi ya

_____ _____kama

unawezekana kuhusiana na mambo yaliyopita.

5.   Viongozi wanapaswa kuwa na uangalifu

kuhusiana na kile kinaweza

ku_____ nakile kinaweza

ku_____na jinsi vile

mahamuzi yanaweza ku_____ watu

na uhusiano.

6.   Viongozi wanapaswa
ku_____hali ya
hisia kuhusiana na mahamuzi na kasha
ku_____
mahamuzi.

7.   Mahamuzi yanapaswa
ku_____kuhusiana
na_____
inayobatikana kwa wakati huo.

8.   Viongozi hawapaswi
ku_____
_____mahamuzi
yalipita kwa sababu habari zaidi huja baadaye.

9.   Viongozi wanapaswa kufanya mahamuzi
kuhusiana na kile
wana_____

10.   _____kwa
mahamuzi ya kale ni
kupoteza_____

_____

11.   Mahamuzi ya kale yanaweza

kuwa_____

au_____ikiwa habari

zaidi itapatikana.

12.   Viongozi wanaweza

ku_____kuto

ka kwa mambo yaliyopita kwa

_____

_kuhusiana na hali ya sasa

na_____

kuhusu siku za usoni.

MAJIBU YA MWONGOZO WA KUJIFUNZA

MLANGO WA 1KUONGOZA KUHUZIANA NA

1.   A) Waajiriwa na wakurugenzi walikua kikundi.

B) Mkurugenzi alikuwa tayari kusababisha mikono yake iwe michafu na kufanya kazi iliyo mbaya sana.

2.   Uhaminifu na heshima.

3.   Kufanya kuwa mfano bora kuhusiana na somo la kazi.

4.   Viwango na matarajio.

5.   Kutenganisha.

6.   Wao

7.   Hali na tabia (au mtindo)

8.   Hakuwa anayetambua vyema kuwa ni nani bwana mkubwa kwa waajiriwa au kwa watu wa kibarua.

9.   Kwa, pamoja.

10.   Kuchenga hali ya watu kufuata inamhitaji kiongozi kuwa:-

a) Mwelekeo, matarajio.

b)Kuwa mfano, ukiwa pamoja nao

11.   Uaminifu, kuaminika

MLANGO WA 2 : HESABU GHARAMA

1.   Mahamuzi, yanayohitajika.

2.   Uongozi, kinachosababisha

3.   Ni nini nitakacho faidika nacho na nitapoteza nini?

4.   Gharama , faida

5.   Faida , gharama

6.   Biashara aina hii , heshima

7.   Ni jambo la kusababisha kupoteza uhusiano?

8.   Ndivyo – mjadala

9.   Mbili

10.   Tamia, hali ,kanuni za ki Bibilia

11.   Kukabili

12.   Yasiyofaa, kuendelea.

13.   Kuonyesha kutokuwa na heshima kwako kama kiongozi

14.   Uaminifu

15.   Kanuni za ki Bibilia

16.   Kuonyesha, kuamua au mambo mepesi ya maoni

17.   Kukubaliana, kutofanya

18.   Maswali muhimu

19. La muhimu, faida

20. Utaalam

MLANGO WA 3 UWE NA LENGO KABLA USHAMBULIE

1. Shauku, kusoma

2. Ufasaha

3. Nani, nini, lini, wapi

4. Nini

5. Ikiwa ni jambo ndogo na ni habari ya kale, inawezekana isiwe ya muhimu kwa wakati na uwezo wa kushugulikia jambo hilo kwa sasa, ikiwa ni jambo ndogo ambalo limejipuka na linaweza kushugulikiwa basi kujua wakati wa tukio ni muhimu.

6. Mambo muhimu ni vizuri kukabiliana nayo kwa haraka badala ya baadaye. Kuchukua hatua ya haraka inadhihirisha jinsi ilivyo muhimu na kumaanisha jambo hilo.

7. Nani, hali iliyoko inaweza kuwa na iongezeke kwa jambo lingine kujua muhusika ni ya muhimu ili kukusaidia kutambua jinsi ya kukabiliana na hali.

8. Wapi, maeneo, mahali pa tukio

9. Halali, mamlaka

10. Pekee,kazi

11. Utatanishi

MLANGO WA 4: MIMI SIPENDI KUPOKEA DHIAKA

1. Sikiza

2. Dhiaka, hakuna jambo fulani.

3. **A)** Sikiliza **b)** Tazama **C)** Jifunze kwa hiyo **d)** upuuze.

4. Makabiliano ya kale au kutokubaliana Pengine ni kwa sababu ziko upande mwingine wa jambo, pengine ni jambo la ndani la
kibinafsi katika utata.

5. Inawezekana ukose ujumbe.

6. Kwa kweli, **a)** Habari muhimu ni sawa? **b)** Dhiaka zilizoko sina faa? **c)** Je kuna jambo lolote lililo jificha?

7. Kiburi cha ubinafsi, ukatili

8. Kufaulu kiasi, kurekebika

9. Tendo, marekebisho

10. Panga, fanya

11. Baada ya kusikiza na kuangalia dhiaka na kupata bila kukata tama, amua kuwa ataishi zaidi ya dhiaka. Endelea kufanya yapaswayo kufanywa.

KUDHIAKI

1. Peana, hali
2. Muda, hali
3. Toleo, suluhisho

WAZO LA MWISHO

1. Kuna padilisha, wakati
2. **a)** Sikiza, **b)** Tazama **c)** Jifunze **d)** achana
3. Tenda, Imani, Njia, Upambanuzi

MLANGO WA 5 : SEMA NINI?

1. Pima
2. Muhimu, kuaminika
3. Kuweka mikutano ya kila wakati na wale anaongoza
4. **a)** Kupata habari, **b)** Mafanisi, kujali mambo ya kibinafsi **c)** Kupongeza, kujali, mawaidha **d)** Jambo linalohitajika.
5. Usiwahi
6. Afisi ya kiongozi
7. Yapangilie
8. Mlango uliofungwa
9. Mlango, Mpasulo, kufunguliwa kiupana

10. Ili linaashiria kwa yule unaofanya kazi naye kuwa unataka kubakia peke yako, na pia inadhihirisha ujumbe kuwa wewe sio wakufikiwa.

11. Kwa hali ya uangalifu, wakati wa kipekee wakujifunza, simu za pharaga, wakati nyakati za kikomo zinakaribia kwa msukumo.

12. Mahali, majukumu

13. Inahashiria wao kujua kuwa kiongozi anajua mahali wanafanya kazi na kile wanafanya. Ni ishara ya kuonyesha kuwa kile wanafanya ni cha muhimu sana.

14. **a)** Ana kwa ana **b)** barua pepe **c)** simu **d)** neno fupi la simu.

WAZO LA MWISHO

1. Zaidi, wasiliana

2. Yasiyosemwa, kusushika moyo

3. Kidogo, kushuku, mengi

4. Haitaweza

5. Kupatana, mawasiliano

MLANGO WA 6: KUGAWA MAJUKUMU

1. Wailochaguliwa

2. Watu, vibarua

3. Kuchagua kwa uangalifu sana kuhusiana na wafanyikazi ambao kiongozi anazungukwa nao.

4. Bora, maeneo

5. Uaminifu

6. Ubora, jina nzuri

7. Elewa umbali

8. Fanya kazi yao

9. Kupeana, kuacha ikae

10. Utaalamu, mtindo

11. Njia ya kudumu, mpira

12. Kutarajia matokeo

13. Tarajia , chunguza

14. Iliyochunguzwa

15. Kukamilisha, kujukumika

16. a) nini b) nani c)wakati upi d) lini

17. Sifu, utambulisho

18. Gharama, kichache sana

19. Faida ya mapato, mradi

MLANGO WA 7: MTAZAMO WA KIMSINGI/KINYUME

1. Fikia matarajio

2. Upungufu, makosa ya kurudiwa

3. Barua pepe, neno fupi ya simu, simu

4. Kutokueleweka, chapisha

5.   Udhihirisho wa wazi, kupitanisha miguu na mikono Kuzungusha mguu kwenye kiti, kutokuwa na mtazamo wa kuonana ana kwa ana, NK.inaweza kudhihirisha picha kamili aliyonayo mawazoni yule mtu, anapokea jambo lipi linaloashiriwa. Mwili wa kiongozi unaweza pia kuonyesha ikiwa kweli kiongozi ana mjali. Kutomfuraia

6.   Afisi, mtindo ni wa faragha zaidi, mtu atakuwa tayari zaidi kukubali marekebisho au dhiaka katika afisi.

7.   Inapaswa kuwa ishara ya msimamo wa kiongozi na mamlaka, unapoketi kitako kwa meza wakati unapaswa kupeana mashauri ama marekebisho, itachochea msukumo na kukumbusha mtu anayekusikia kuwa anajukumika.

8.   Nini, jinsi gani

9.   Shukrani za kweli – ukifanya hili kabla ya kuleta maneno kinyume kwenye meza ili uweke kuwa msingi dhabiti.

10.   Unapomuita mtu kwa jina na kusema kitu kama, Bill,kuna jambo tunapaswa tuongee, kisha endelea sasa kuelezea hili jambo.

11.   Wakati, kumbusha

12.   Maswali, hisia, upande

13.   Mpango, matatizo

14.   Unadhani tunapaswa tufanye nini sasa?

15.   Inuka toka kwa kiti cha afisi, uje mbele ya meza, wasalimu watu wote na kisha utamatishe mkutano ukimtazama kwa macho na kumsababisha ajue kuwa ni wa muhimu sana kwa kanisa au shirika unaoufanya ni wa muhimu sana kwa kanisa.

16.   Itawacha kila mara ladha nzuri kinywani mwao na mawazo mazuri.

17.   Unapofunga mlango kwa haraka inahashiria kuwa kiongozi amechoka na amefurahia vile nimetoka. Unapoongoza ni ishara ya kuhashiria kuwa ninyi nyote wa wili mumekuwa na wakati mwafaka.

18.   Uongozi, jengo

19.   Uhusiano, uhadhiri

20.   Hili litazuia uhusiano, hili litaweza kuadhiri kanisa au shirika kinyume.

Kwa sababu mambo yanayohitaji kusuluhishwa kwa umoja, mbinu na uweza wa kujitolea.

MLANGO WA 8: HAIKUWA MAKOSA YANGU

1. Kuharibu, kulinda

2. Kuaminika

3. Tatu

4. Kuharibu, kuonoa

5. Kupeana lawama wasi wasi inaweza kuongoza mtu katika hali ya kushukisha, kuumia moyo, kukata tamaa na kujihisi kuwa peke yake na kutengwa.

6. Sisi

7. Dhihirisha, ufasaha

8. Heshima, heshimika

9. Sifa

10. Pekee, kazi

11. Kikwazo

12. Kutambulika, sifa

13. Hitaji, pongezi, inayostahili na kufaa

14. Kuwa, sifa

MLANGO WA 9 : NINAIREJESHA

1. Sehemu, nyuma

2. Hasira, kukasirika kihisia

3. Nini, kusema

4. Nidhamu, kurekebishwa-Maneno yaliyonenwa katika mtindo uo wa kimpango inadunga, kushusha, kuharibu, na inaacha harufu mbaya sana katika vinywa vyao wanaosikiza. Yule mtu aliyepokea inawezekana asisahau.

5. Kumpunguza hasira, kushushika kiasi cha kukata tamaa.

6. Uhadhiri wa sauti- Ikiwa utainua sauti yako, kupasa sauti au kugombana kwa kupumua kwa nguvu, utakuwa umepoteza umuhimu katika kuchochea na hataweza kulirejesha jambo hilo.

7. Tenda

8. Simama, tazama, sikiza

9. Simama, ondoka, tulia kimya

10. Nini, lini, wapi, lililosemwa

11. Kusahau

MALANGO WA 10: HAKIKISHA KAZI IMETIMISHWA

1. Hitaji

2. Kuadhiri kazi ,kuonekana

3. Kudumu

4. Malengo ya kudumu

a) Ishi maisha ya heshima, uhadilifu, na usafi ili kumtukunza Mungu ninaye mtumikia.

b) Mungu kule mbinguni siku moja.

c) Jenga jamii ya karibu iliyojua upendo

d)Tumika na Bwana ili kuleta utofauti ulimwenguni.

5. Misaada minane inayosaidia kukamilisha malengo ya kudumu

a)Omba **b)**anzisha malengo **c)** Jipange **d)** Weka na uanzishe hatua za kukamilisha malengo **e)**weka mpango wa miezi 12 ya mpangilio **f)** weka malengo

g)panga mpangilio kwa ajili ya Juma linalofuatia.

h) Simamia kile umepangia kwa siku hiyo.

6. Kusababisha mambo yafanyike hasa kwa miezi 12 ifuatayo

  a) Matukio muhimu **b)** anzisha yaliyohitajika, c) na hatua za kukamilisha

7. Kusababisha mambo yafanyike zaidi ya mwezi unaofuata

a) Mwisho wa miradi kukamilika **b)** Mwezi uliyopita, kuacha

c) Mambo ya ziada   **d)** Siku zilizo muhimu.

8. Vitu 10 kiongozi anapaswa kufanya kwa Juma moja

a) Wakati fulani **b)**kuhamisha **c)** mambo muhimu

d) muda ulio huru **e)** Wakati ulio muhimu , kuhamisha, kuweka hesabu, **f)** Iliyohitajika, marudio **g)** unayopenda kufanya

h) Jambo lililo muhimu sana, wakati unaopatikana, kuwekwa **i)** Vitu vilivyo salia, kuhesabu **j)** pangilia, Juma hili, kufanya.

9. Kudumu hasa sana kwa mpangilio ambao umekwishafanyika kazi ambao ni jambo kuu.

10. Pitia kila mara na kuchunguza

11. Hekima, ufasaha

MLANGO WA 11: KUTUNZA KAZI ULIOPEWA

1. Uwe wa kukomboa wakati, uwetayali, uwe wa kuzalisha.

2. Msuada muhimu, msuada wa ghafla, msuada unaopaswa kurudishwa kwa msuada uliopita.

3. Rekebisha, weka mezani, iliyopita, swali, kuhahirisha kwa uangalifu.

4. Jambo muhimu- lengo katika mpango, rudisha uhamuzi huo urudiwe kuhusiana na mahamuzi ya mwenyekiti, maliza mahamuzi, swali kwa kuzingatia mahamuzi kuhuzu swali.

5. Iweke kando ya maongeo, fikiria kuhusu msuada uliyopita.

MLANGO WA 12: KAMA NINGALIJUA TENA

1. Mkao, kuharibu

2. Kuongoza

3. Geuza, wacha ikae

4. Ufahamu

5. Faida, Hasara, Uadhiri

6. Pina na uashirie, fanya

7. Msingi, habari

8. Tukio la kuungwa mkono

9. Tambua

10. Muda wa kudumu

11. Mabadiliko, iliyorekebishwa

12. Jifunze, fanya mahamuzi, fanya marekebisho

Huduma ya Roy Harris ulianza mwaka wa 2007 lengo likuwa ni kusaidia na kuwawezesha wachungaji, Makanisa, Elimu ya kikiristo zakibiashara.

Huduma ya Roy Harris imekua katika hali ya haraka kufikia huduma zanje ikijumlisha, lakini sio kiviwango tu.

Kuishi zaidi ya uzuni kongamano juu ya kufanya upya ufufio
kongamano juu ya uinjilisti wa kanisa kwenda faragha kwa wanandoa
kwa mapumziko .Nyakati za kuwa na wanajamii katika uhusiano

Ufufio kwa makanisa za kidesturi Dr. Harris ni mtu hitaji kama muhubiri kwenye kongamano amehubiri katika states 38 za marikani , uropa, Israeli na Afirika amehudumia zaidi ya wanabiashara 400, mashirika shule, vyoo na makanisa.

Angalia barua pepe@

www.royharris.info kwa habari zaidi jinsi Roy

anaweza kuwa wa msaada kwako, kwa kanisa lako,

shule, au biashara.

Nambari ya mawasiliano yake Dr. Harris

roy@royharris.info

+1 (615-351-1425)

906 castle height Ave

Lebanon, TN 37087

www.ingramcontent.com/pod-product-compliance
Lightning Source LLC
Chambersburg PA
CBHW060022210326
41520CB00009B/973